THƠ
PHƯƠNG TẤN
(Tuyển tập 1 / 1960 - 2022)

Nhà Xuất Bản
NHÂN ẢNH
2023

THƠ PHƯƠNG TẤN TUYỂN
TẬP 1
(1960 - 2022)
Bìa: Uyên Nguyên Trần Triết
Tranh: Bé ký, Hồ Thành Đức,
Khánh Trường, Đỗ Duy Tuấn
Dàn trang: Văn Tuyển Sài Gòn
ISBN: 978-1-0881-3991-2
Nhân Ảnh
Xuất Bản
2023

Đạn chim chip, vỗ hoàng lương
Thây lăn lóc, vỗ thiên đường hò reo

PHƯƠNG TẤN
TRÒ CHUYỆN CÙNG BẠN

THƠ PHƯƠNG TẤN - tuyển tập 1 gồm 154 bài thơ được chọn từ 6 tập thơ: Tập 1. Di Bút Của Một Người Con Gái (4 bài), Tập 2. Lung Linh Tình Đầu (46 bài), Tập 3. Cát Bụi (13 bài). Tập 4. Hãy Vui Như Tình Đẳng (32 bài), Tập 5. Thưa Mẹ (15 bài), Tập 6. Chảo Lửa Trụng Cơ Đồ (44 bài), sáng tác từ năm 1960 đến năm 2022, bắt đầu từ năm 14 tuổi.

Trước năm 14 tuổi, tôi đã có thơ đăng trên tuần báo Tuổi Xanh. Năm 15 tuổi có thơ đăng trên tạp chí Gió Mới, Phổ Thông và lan rộng trên các tạp chí, tuần báo, nhật báo ở miền Nam.

Thơ không là hình tướng. Thơ chính là tâm hồn, là

máu huyết, là cảm xúc, là ngôn ngữ rất thật của chính tôi. Tôi không là nhạc sĩ, tiết tấu và nhịp điệu có trong thơ vì đó là thơ. Tôi không là văn sĩ, mảnh đời và tâm trạng có trong thơ vì đó là thơ. Tôi không là họa sĩ, màu sắc là sắc màu của nội tâm và cuộc sống vì đó là thơ. Tôi không là nhà viết sử, thơ oằn mình đớn đau cùng quê hương điêu linh vì đó là thơ. Đừng hỏi tôi thơ là gì vì đó là thơ. Tôi cảm xúc, thoát hồn và ngôn ngữ thơ tràn ra giấy... vì đó là thơ, THƠ PHƯƠNG TẤN.

DI BÚT
CỦA MỘT NGƯỜI CON GÁI
(1961 - 1964)

CÔ GÁI ĐỘI SEN - *Tranh* **Hồ Thành Đức.**

NGƯỜI CON GÁI GIỮA BIỂN

Và theo hồn khói bay vào
Vút cao lượn sóng xạc xào hồng hoang

Ôm con nước đỏ mênh mang
Với thân là lượn với đàng chênh vênh

Xô lên, mình vỗ bồng bềnh
Xuống theo mình xuống lênh đênh lửa rừng

Thân con gái cháy bừng bừng
Trông tôi rời rã người mừng lắm sao!

Ngây ngô người vẫy tay chào
Đó hồn sầu muộn máu trào ra khe.

(1961)

NGƯỜI ĐÀN ÔNG ĐI VÀO

Xuồng con chừng cũng động ngàn
Sóng xô mặc sóng tay chèo mặc tay

Lấm lem cồn bãi trang bày
Đó chân đạp đất, đấy đầu cụng non

Mình nghiêng vai, vó dập dồn
Ấy thân gạch ngói nọ hồn vu sơn

Trông qua lau lách chập chờn
Ngó về nhân ảnh xanh rờn khói sương

Nhẹ tay, băng hoại khôn lường
Trừng trừng nhìn xuống trăm đường đớn đau.

(1962)

HOA ĐÃ TÀN,
XUÂN CŨNG TÀN CANH

Sông núi sầu, sầu xui nhớ nhung
Hồng hoang kết lửa dấy khôn cùng
Tang thương đồng vọng vây hồn ấy
Ta cấu ta cào chém mông lung.

Ta ngủ yên hay người ngủ yên
Ngẩn ngơ hồn khói trổ trăm miền
Với tay chạm huyệt cười trong đất
Run rẩy cành non mỏi cánh duyên.

Heo hút nghìn năm phương ấy hay
Tủi thân con gái đứng trang bày
Nghêu ngao ta hát ta cười ngất
Phơi phới lòng ta những đắng cay.

Ngùn ngụt buồn xưa lên mắt xanh
Mộ kia sầu đọng lá chia cành
Kìa trông tóc trắng nghìn đêm trắng
Hoa đã tàn, xuân cũng tàn canh.

(1963)

BÓNG DỌI XUỐNG ĐỜI THƯƠNG TA QUÁ ĐỖI!

Đôi mắt chơ vơ dập dềnh trên sóng
Trải dạ hứng đầy bão hắt sau lưng
Trời đất xụi lơ lạnh ngắt hoa rừng
Bóng dọi xuống đời thương ta quá đỗi!

Gió lùa thêm gió tạt đời thêm mặn
Mưa lùa thêm mưa che lệ sầu bi
Xuân rũ xuân đi đời thêm quặn đắng
Ơi thế gian ơi vui lạ là vui!

Buồn đứng hom hem buồn cười vã lã
Buồn đi lom khom buồn hát nghêu ngao
Phận bạc ủ ê thôi ngã mũ chào…
Đôi mắt chơ vơ dập dềnh trên sóng!

(1964)

LUNG LINH TÌNH ĐẦU
(1960 - 2020)

LUNG LINH TÌNH ĐẦU - Tranh *Đỗ Duy Tuấn.*

TỎ TÌNH

Im nghe bàn ghế thầm thì
Nghe trong sách vở li ti là tình

Phấn cười bảng cũng lung linh
Mực vui chữ cũng chia tình cho em.

THƯ XANH

Một vườn chim hót trong thơ
Líu lo líu lít thơm tờ thư xanh

Một tà nắng khép bên cành
Khép trong vạt chữ xanh xanh là tình.

NAI VÀNG

Cô học trò bé tí teo
Có hai bím tóc áo thêu tên trường

E chừng trong guốc đầy hương
Sao nghe chim chóc bên đường xuýt xoa.

LỌ LEM

Này này cô bé lọ lem
Ấy tim anh hé riêng em khẽ vào

Mình căng lều ở trong sao
Vui nghe tình thở rạt rào hơi trăng.

TRƯỚC CỔNG TRƯỜNG

Mỗi cô em một bông hoa
Khoe trăm cánh mộng la đà bóng chim

Mỗi cô em một trái tim
Tình vui hót giữa đồi sim bên đời.

TAN TRƯỜNG

Rào rào chim chóc bay ra
Với lòng em ngậm đầy hoa trong trường

Mực reo theo sách bên đường
Ồ nghe như thể phố phường sang xuân.

NÀNG TIÊN

Anh quỳ lót lụa dưới chân
Lụa thơm đầy gió cho thân là là

Là là cánh én bay ra
Én tha đầy mộng ngậm tà áo xuân.

BÔNG HỒNG

Em cười chúm chím trong hoa
Lòng chen trong lá tình sa trong cành

Em, bông hồng của riêng anh
Của xuân lãng đãng trên nhành thơ ngây.

TRÊN ĐƯỜNG

Đó trăm con mắt theo mình
Ấy ngàn sợi nhớ gửi tình cho em

Tim mình, mình hé cho xem
Kẻo anh gõ lạc bỏ quên chiếc hồn.

LÊO ĐÊO

Lên xe lục cục qua cầu
Ôi anh lẽo đẽo trông rầu rĩ ghê

Nghe trong tiếng guốc đi về
Và trong vành nón xum xuê là tình.

LÃNG MẠN

Cặp kè xe bước bên xe
Rẽ hoa rắc hạt lòng ve vãn lòng

Chỉ hồng trăm sợi nghìn bông
Má hồng bỏ lạc bên sông cũng buồn.

BỎ TRƯỜNG

Em xa, xa lắc xa lơ
Tôi buồn lớp cũng ngẩn ngơ với trường

Tiếng ve sầu rụng bên đường
Hạ chưa hết hạ chuồn chuồn kêu thu.

TRONG GƯƠNG

Chim về lãng đãng dưới khe
Quần hồng phơ phất chỉ se bên giường

Thương mình thương quá là thương
Có nghe tình động trong gương rập rềnh.

@ **Lung Linh Tình Đầu** gồm 13 bài thơ lục bát, mỗi bài 4 câu, sáng tác trong 4 năm dạy học tại Biên Hòa (1971 - 1974): Tỏ Tình, Thư Xanh, Nai Vàng, Lọ Lem, Trước Cổng Trường, Tan Trường, Nàng Tiên, Bông Hồng, Trên Đường, Lẽo Đẽo, Lãng Mạng, Bỏ Trường, Trong Gương.

ĐỔ VẠ

Con trâu đủng đỉnh kêu buồn
Và còn đổ vạ chuồn chuồn kêu mưa

Thập thò bậu vịn rào thưa
Và còn đổ vạ dạ chưa bén tình!

TRÚC MAI

Bậu cười tí tửng tí ta
Bớ ai cắc cớ ghẹo xa ghẹo gần

Bậu ơi tình nở vàng sân
Nựng em tình ắm bậu gần trúc mai.

THÚT THÍT

Ôi chao buồn nẫu buồn na
Chiều đi úp bóng xuân pha giọng sầu

Bậu đâu tình hỡi bậu đâu
Cau ngồi thút thít thương trầu héo queo.

CHỎNG CHƠ

Dưng không thành quách lăn quay
Tình kêu thắt ruột nhạn bay dật dờ

Đò đi bến đứng ngẩn ngơ
Bậu đi hồn rớt chỏng chơ bên đời.

(2020)

@ **Chỏng Chơ** gồm 4 bài thơ lục bát, mỗi bài 4 câu: Đỗ Vạ, Trúc Mai, Thút Thít, Chỏng Chơ.

O XUÂN

1.
O cười hay tiếng chim kêu
Lúa reo hay tiếng xuân theo đất về
Trời cầm tà nắng vân vê
O che vành nón xum xuê là tình.

2.
Trăng chếch choáng vịn môi xinh
O lòng ngọt lá, o tình ngọt rau
Môi o ngỡ có quệt trầu
Giàn trầu quệt lấy buồng cau sau nhà.

3.
Tay o xinh ngỡ cành hoa
Cành hoa bầu nở la đà bóng chim
Mỗi ngón chân, một ngón duyên
Trổ ra mười búp sen hiền con con.

4.
Mắt o xinh ngỡ lá non
Ô kìa đôi chú chim con rộn ràng
Dưng nghe trời đất mang mang
Gió thu mỏng mảnh se vàng sợi ghen.

5.
Ôi chao xinh lạ là xinh
Lá che sợi nắng thả tình cho mây
Ồ trong vành nón thơm đầy
Hồn o và cả cỏ cây trong trời.

(Đức Hòa, 1986)

@ **O Xuân** thơ **Phương Tấn**, Nhạc sĩ **Trần Quang Lộc** phổ nhạc và trình bày.

BƯỚM HÓT

Lượn lờ đọt lúa giỡn cây
Tre kêu kẽo kẹt vương đầy bến sông

Mây xanh xanh, bướm hồng hồng
Ngọt ngào bướm hót giữa lòng thế gian.

BÓNG DUYÊN

Em cười yểu điệu mà mê
Chừng nghe xuân động bốn bề ra hoa

Ghét ghê o bướm điệu đà
Phất phơ cánh lụa la đà bóng duyên.

VỊN VAI

Sóng chao giữa chốn vô thường
Dưng không cuồn cuộn tình trường trong ta

Một o bươm bướm mặn mà
Vịn vai kẻ lạ khoe tà áo xuân.

TƯƠNG TƯ

Bướm hồng, hồng ngát sớm mai
Bay qua bỏ lại thiên thai giữa đường

Rụng đầy trong gió mùi hương
Hít hà lạ quá ta dường tương tư.

CÕI MỘNG

Có người phụng phịu ghét ghê
Ngăm nghe bỏ phứt lại mê đến già

O từ cõi mộng bước ra
Gần gần như bướm xa xa như người.

VẪN ĐỢI

Bướm đâu bướm đậu vườn hoang
Cho trầu trổ lá cho vàng buồng cau

Giếng xưa bỗng động tiếng gàu
Người xưa vẫn đợi, chờ nhau tiếng cười.

TIẾNG XƯA

Mộng du trời đất miên man
Cởi dây buộc nắng cho tràn vào đêm

Dư âm vàng rụng bên thềm
Dính trên vai bướm chợt thèm tiếng xưa.

KÊU THU

Bướm đi bướm bỏ lại buồn
Hạ chưa hết hạ chuồn chuồn kêu thu

Thương ai, lòng tạt sương mù
Nhớ ai, dạ đậu mù u mà chờ.

DÂY OAN

Trăng ngồi nhõng nhẽo cùng sao
Bướm tha cọng nắng thả vào dây oan

Tình kêu tích tịch tình tang ^(*)
Tình tang tích tịch đôi đàng tương tư.

HƯƠNG QUỲNH

Bướm đậu nhỏ nhẻ thấy thương
Trượng phu mát ruột vấn vương sợi tình

Đất trời như thể lặng thinh
Bóng ai phơ phất hương quỳnh đâu đây.

(*) *Ca dao*

NGUYỆT HOA

Bướm cười, nguýt tận bể dâu
Đất trời quýnh quáng để sầu phôi pha

Để buồn từ dạ tan ra
Để vui nó hót nguyệt hoa rộn ràng.

TƠ VƯƠNG

Bụt chùa, e chắc còn mê
Cái cô bướm nọ duyên ghê lạ thường

Tơ hồng rớt xuống sông Tương
Thôi ta buộc mối tơ vương thấu trời.

DUYÊN TÌNH

Trăng kều chú Cuội rù rì
Cớ đâu ôm gốc cây si tội tình

Bướm cười xinh thiệt là xinh:
Cái duyên nó buộc cái tình, trăng ơi!

MÌNH ƠI!

Ngẩn ngơ từ buổi kia kìa
Thuở trăng khỏa nước cầm nia sàng tình

Thuở bươm bướm hót tỏ tình:
Mình ơi thiếp lỡ thương Mình. Mình thương?

QUẨY TÌNH

Thương ai quẩy sóng sông Đào ⁽*⁾
Quẩy tình ngọt sánh rụng vào canh thâu

Cau kia chớ để thiệt trầu
Trầu thương trầu nhớ kêu rầu ruột gan.

TÌNH CAY

Bóng gần rồi lại bóng xa
Trăng như chếch choáng như ngà ngà say

Cuội cười, trời đất lăn quay
Khoan hồ khoan hỡi tình cay tình nồng.

(*) *Ca dao: Muốn tắm mát thì lên ngọn sông Đào.*

BẾN KHUYA

Cắm sào ngồi chực thuyền neo
Trăng già rớt bóng chao bèo bến khuya

Tiếng chuông rụng xuống sông kìa
Trầu kia héo cuống cau kia héo buồng.

SẦU TÌNH

Sầu tình, dẫu lấy gàu sòng
Tát thiên thu vẫn không mong cạn sầu

Bóng câu khoe trúc bạc đầu
Khoe mai tàn cánh khoe màu thời gian.

(Orange County, 2016)

@ **Ngọt Ngào Bướm Hót Giữa Lòng Thế Gian** gồm 18 bài thơ lục bát, mỗi bài 4 câu: Bướm Hót, Bóng Duyên, Vịn Vai, Tương Tư, Cõi Mộng, Vẫn Đợi, Tiếng Xưa, Kêu Thu, Dây Oan, Hương Quỳnh, Nguyệt Hoa, Tơ Vương, Duyên Tình, Mình Ơi, Quẩy Tình, Tình Cay, Bến Khuya, Sầu Tình.
@@ Nhạc sĩ **Lam Duy** chia 18 bài thơ làm 3 phần. Mỗi phần phổ thành một ca khúc mang tên: **Bóng Duyên 1, Bóng Duyên 2, Bóng Duyên 3**. Ca sĩ **Tâm Thư** trình bày.

CƯỜI
NGHIÊNG NGỬA BÓNG

Sao Phương không về cho anh yên ngủ
Trở giấc thương hoài buồn hoài khôn nguôi
Mây trắng bay bay mây trắng ngậm ngùi
Cười lên cho cao cười nghiêng ngửa bóng.

Cười lên cho cao cười sao đủ ấm
Sao Phương không về cho anh ngủ yên
Duyên lạ duyên la đôi má đồng tiền
Nhấp nhổm nhấp nha sợ ai cướp mất.

Anh lùa trăng sao lùa chim ca hát
Lùa áo Phương bay lùa môi ngào ngạt
Rồi ngắt đêm sâu cài lên mắt Phương
Cho mắt Phương sầu, sầu xui nhớ anh.

Sao Phương không về cho anh yên ngủ
Mộng mị chập chờn se sắt châu thân
Sao Phương không về còn chi ngại ngần
Tình ngẩn ngơ trôi dập dờn con sóng.

Cười lên cho cao cười nghiêng ngửa bóng
Cười lên cho cao cười sao đủ ấm
Sao Phương không về cho anh ngủ yên.

(Đà Nẵng, 1961)

@ **Cười Nghiêng Ngửa Bóng** thơ **Phương Tấn**, Nhạc sĩ **Giao Tiên** phổ nhạc, Ca sĩ **Đình Hội** trình bày.

NGỒI GIỮA RUỘNG NGẮM TRĂNG, NHẮP TRÀ, NHỚ PHƯƠNG

Trăng khẽ đậu lao xao đầu mép lúa
Thu trổ vàng xao xuyến một trời quê
Bìm bịp kêu:
        gánh lúa dắt trâu về
Cây trở gió và đất trời trở giấc.

Lòng xin trải lót đôi bàn chân mật
Tiếng Phương cười rót ngọt cả thơ ngây
Ôi chao thương,
        thương lạ ở nơi nầy
Guốc ai khuất mà hồn ai còn gõ.

Ô hay trăng,
        ta hái trăng đầy giỏ
Mai mốt cho mình làm đèn thắp đêm đêm
Nhưng, dại thức khuya mình sẽ xấu cho xem
Con gái xấu ai cũng chê dễ ghét.

Ngại người xấu e có người sẽ méc
Với Chúa là mình đà bỏ bê nhau
Chúa sẽ rầy la,
            mình chắc không vui
Mây biếng chơi và trời e nhạt nắng.

A, trăng mỏi ngã lưng trên dàn sắn
Khuya đà cao trà đà nguội trong bình
Ta thì say,
      ôi say quá là say
Đòng đòng trổ thơm như mùi con gái.

Ôi ta say,
    say,
       say quá là say
Phương là tiên hay ngọc lạc trong mây
Ta vỗ chén nhắp cho say túy lúy
Ta vỗ chén nhắp cho say túy lúy.

(1962)

PHƯƠNG ƠI, NHỮNG NGÀY TRỐN HỌC

Đôi môi mạ non nên đôi mắt ướt
Cá vỗ đầy thuyền nên ngực buồm căng
Cây cỏ đùa vui nên tóc xanh mượt
Ai thương ai hoài riết tình lên men.

Biết môi mình còn cay mùi đất đỏ
Đất đỏ đường xưa lồng bóng tre xanh
Đất đỏ đường xưa hai đứa hẹn hò
Anh xin cầm tay cho má mình nóng hổi.

Cho hồn mình bay cho hơi mình thở vội
Anh xin bồng mình vào lòng,
                thương mình mênh mang
Mười ngón tay mình đan vào vai anh nhẹ nhàng
Giọng mình run, run hơn những lần lên bảng.

Người con gái nhỏ ơi anh yêu mình vô hạn
Tà áo ai bay, anh ngỡ áo mình bay
Vành nón ai nghiêng, anh ngỡ nón mình nghiêng
Cho nhớ nhung anh riêng vào trong mắt.

Mai mốt anh đi, e mình sầu đau dằng dặc
Nhỡ má phai hồng anh biết nói mình sao
Nắng quê Phương trông chừng cũng sang màu
Giấc ngủ không yên mình chong đèn nằm khóc.

Con đường đất đỏ chử thương mình lên về đơn độc
Chắc mình buồn hơn chiều sâu đêm sâu
Mình hết trông lên nhìn xuống chuyến xe đò
Chở anh về chơi trong những ngày trốn học.

Mình thương anh thôi mình đừng khóc
Chúa sẽ rầy anh, mình chắc không vui
Con đường đất đỏ mình lên về đơn độc
Và xa kia... lủi thủi mỗi mình anh...

(1963)

Ở HUẾ NHỚ PHƯƠNG

Ơi mắt hiền đen mắt buồn dưới phố
Không mắt nào buồn,
                    buồn hơn mắt Phương
Phố thả lầu cao phố trắng dị thường
Gió hót véo von cười nghiêng ngửa áo.

Gót lẫn trong sương sầu bay ảo não
Trời cũng trầm trầm thơm ngát da Phương
Cánh trắng choai choai phơ phất trong trời
Ơi Phương ơi Phương anh về nhóm lửa.

Xin dấy cho cao hồn reo từng bữa
Để lấy thơ hồng thắp sáng thân Phương
Sương sẽ vàng phai chảy xuống êm đềm
Mắt sẽ hiền vui nằm ve vuốt nắng.

Thơ thắp cho cao soi tay lụa trắng
Phương đứng bên trời chải tóc trong mai
Nắng thả lầu cao nhỏ xuống hai vai
Chim cũng chuyền vui reo đầy vạt áo.

Anh vuốt thân Phương ăn từng hạt bão
Anh ăn sầu em cho hết cô đơn
Yêu Phương của anh bằng nước mắt này
Chăn con chiên anh chăn từng sợi tóc.

Những lúc Phương biếng ăn
                    biếng ngủ
                    biếng chơi
                    hay Phương hờn khóc
Anh đấm ngực mình đổ tội cho anh
E Phương gầy thêm mắt có còn xanh
Mắt có còn xanh nằm ve vuốt nắng.

Ơi Huế buổi mai buổi chiều nhớ chi nhớ lạ
Ngại quê mình trời trở lấy ai hôn
Ai bồng Phương anh ngại má phai hồng
Ai khẽ đậu cho mây trời xuống nhạc.

Ớt chi không cay muối chi không mặn
Má lúm đồng tiền bảo chi không thương
Mùa thu quê mình thường mưa không Phương
Sao lệ anh rơi dù chưa kịp khóc.

Sao mây bay bay cho anh tưởng tóc
Sao trời xanh xanh cho nhớ dáng Phương
A, người ngày xưa bảo có thiên đường
Anh e thiên đường nằm trong mắt ngọc
Ngọc những buồn buồn vì Phương hay khóc
Công chúa khóc nhè là Phương của anh!

Phương nghe đó trời thu lên lành lạnh
Lòng cũng vàng theo lá ở trong cây
Vui cũng bay theo gió ở trong ngày
Một chút lệ thêm chút buồn vừa chín.

Nhớ chi lạ biết môi còn mũm mĩm
Cắn ô mai răng là lúa ở trên trời
Tay cầm lược là lụa ở trên mây
Mắt là ngọc ở trong thu vừa trổ.

Buồn chi lạ buồn không ai buồn hộ
Hồn vi vu bay khuất ở trong trăng
Ngậm chút gió chừng có hơi Phương thở
Phương là sương hay sóng vỡ trong anh.

(1964)

@ *Ở Huế Nhớ Phương* thơ **Phương Tấn**, Nhạc sĩ **Phan Ni Tấn** phổ nhạc, Ca sĩ **Minh Đạt** *trình bày.*

RU PHƯƠNG, PHƯƠNG NGỦ ĐI THÔI

* Sáng đi chơi Hội An

Trùng trùng con ruộng bên xe
Áo che dạ lẫn quần che động tình.

* Trưa ăn cơm dọc đường

Một xuân tình lạc trong cơm
Đũa so chiếc hẹn chiếc thơm da người.

* Chiều ngắm biển Mỹ Khê

Một bông cát trổ trong chân
Hai ghe tí tẹo cập dần bồn trăng.

* Đêm ở ngoại ô Đà Nẵng

Một tà lụa khép trong sương
Hai đồng tiền ngậm bên đường con con.

* Khuya vỗ về nhau

Ru Phương, Phương ngủ đi thôi
Còn đêm còn mộng mai rồi rã riêng.

* Và đời đời hai đứa

Ô hay lệ nép bên người
Có xin chỉ mỗi giọt cười cũng không.

(Đà Nẵng, 1965)

NHƯ MỘT SỚM MAI HỒNG

Có thật anh nằm mơ
Hôn lấy đôi nụ hồng
Như một sớm mai hồng
Với nhiều tình nhớ không.

Có thật anh đã quên
Quên nơi cõi đời này
Có một chàng thi sĩ
Quên là mình quạnh hiu.

Có thật anh vừa run
Hôn lấy con mắt buồn
Hôn lấy hạt sương đọng
Buồn như một tình yêu.

Có thật trăm búp hoa
Lót đường lưng em ngã
Có thật nghìn xót xa
Úp nơi trái tim này.

Yêu quá đi chim phụng!
Kêu sao cho nhớ hoài
Sao cho lòng không phai.

Yêu quá đi chim phụng!
Thơ bay và tình cũng
Bay thơm đầy sớm mai.

(Biên Hòa, 1972)

@ **Như Một Sớm Mai Hồng** thơ **Phương Tấn**, Nhạc sĩ **Phan Ni Tấn** phổ nhạc, Ca sĩ **Thanh Sang** trình bày.

THƯƠNG CHI
MÀ THƯƠNG QUÁ

Nắng nghiêng nghiêng e ấp
Đường quê nghiêng bóng dừa
Em nghiêng về tôi mãi
Dập dềnh theo bóng trưa.

Có đôi chim tắm nắng
Reo vui cơn gió tình
Thấp thoáng đôi cò trắng
Ngỡ đất trời lung linh

Ơi cô gái nho nhỏ
Cõng em qua cầu cây
Đôi trâu kề nhau ngó
Nước sông lồng bóng mây.

Tôi hôn một nụ hoa
Hóa ra nụ hôn đầu
Tôi ngắt một cành hoa
Hóa ra trái tim em.

Tôi ngâm thơ khe khẽ
Em thỏ thẻ khen hay
Ngoài kia đôi chim sẻ
Cũng nhỏ nhẹ khen hay.

Gió se sẽ cúi hôn
Thì thào thương luống mạ
Tôi sè sẹ cúi hôn
Thương chi mà thương quá!

(Đức Hòa, 1986)

@ **Thương Chi Mà Thương Quá** thơ **Phương Tấn**, các Nhạc sĩ **Phan Ni Tấn, Thanh Sử** phổ nhạc, Ca sĩ **Thanh Sang** trình bày.

LÒNG VÒNG

Gió thì thở than
Cây thì cười ngất
Mưa như trút mật
Anh bơi vẫn bơi.

Nhà em bên sông
Nước sông cuồn cuộn
Chân tay luống cuống
Anh bơi vẫn bơi.

Ngó qua nhà em
Nhớ bông cúc trắng
Nhớ lần hò hẹn
Anh ngắt tặng em.

Ngó qua nhà em
Nhớ con mèo nhỏ
Nằm ngoan đầu ngõ
Trông chừng người ta.

Ngó qua nhà em
Nhớ gì cũng nhớ
Và anh ngờ ngợ...
Mình bơi lòng vòng.

(Đức Hòa, 1986)

MỘT TRANG KINH VIẾT LẠI

Và khi anh thụ thai
Sẽ không còn bóng tối
Sẽ không còn tội lỗi
Anh lại càng yêu em.

Và khi anh thụ thai
Em không còn cô độc
Và khi anh biết khóc
Anh lại càng yêu em.

Và khi anh thụ thai
Một trang kinh viết lại
Một nỗi đau nhớ mãi
Anh thật sự yêu em.

(1976 – 1996)

CHỜ ĐẾN THIÊN THU MỘT BÓNG NGƯỜI

Chiều xuống sâu buông tiếng thở dài
Đêm Sài Gòn chạm bóng thu phai
Có cô gái nọ ngồi hong tóc
Ngỡ gió lùa mây xỏa xuống vai.

Sóng cuộn đời sông, sông bạc phếch
Giang hồ xếp vó tự bao năm
Nhớ em mình nhớ thời yêu mệt
Ngóng mãi bên đường bóng biệt tăm.

Ai lỡ đưa người qua bến sông
Hình như bến lạc sóng mênh mông
Sóng xô thuyền mắc bờ nước lạ
Mình, kẻ lạc loài giữa gió đông.

Và như pho tượng bên triền núi
Chờ đến thiên thu một bóng người
Chờ đến xuân già sông rã nhánh
Ô hay, mình cứ tuổi hai mươi.

*(Sài Gòn - 2017,
Đạo là con đường là em)*

@ **Chờ Đến Thiên Thu Một Bóng Người** thơ **Phương Tấn**,
Nhạc sĩ **Giao Tiên** phổ nhạc, Ca sĩ **Mạnh Hùng** trình bày.

CÁT BỤI
(1964 - 2021)

TUỆ MAI - *Tranh* **Khánh Trường.**

VÁN KHUA LÁCH CÁCH
HỒN KHE KHẼ VỀ

Khuya xa xác đổ về trời
Phố cao sầu cũng nghe dời vóc hoa

Tay lùa con nước xót xa
Chân lùa bóng vỡ phôi pha thiên tài

Từ anh bỏ lại tuổi mai
Cát vàng thả gió chia hai bạn bè

Bừng bừng xô dạt lòng khe
Ván khua lách cách hồn khe khẽ về.

(Hội An - 1964,
bài thơ thứ nhất gửi Nguyễn Nho Sa Mạc)

THÔI YÊN,
SẦU THỔI NHẠC VÀNG
XUỐNG THÂN

Dấy từ bão cát trôi lên
Cỗ xe người trắng lênh đênh theo về

Ngàn con nước kéo lê thê
Một vùng biển lạ trăm bề hoang mang

Xôn xao lụa gió điêu tàn
Thôi yên, sầu thổi nhạc vàng xuống thân.

*(Hội An - 1964,
bài thơ thứ hai gửi Nguyễn Nho Sa Mạc)*

NGÀY HẸN NHAU NGÀY VĨNH BIỆT

Bay lên
    bay lên
        bay lên

Với em
    hồn thoắt
        bay lên
            vút trời.

Lệ rơi
    lệ rơi
        lệ rơi

Với em
    xác thả
        rong chơi
            cõi trần.

Chia thân
     chia thân
          chia thân

Với em
    xin chút
       mộ phần
          làm vui.

(Long Khánh - 1983, bài thơ thứ nhất gửi LNghi)

NGÀY VĨNH BIỆT NGÀY HẸN NHAU

Thôi rồi
    bỏ tuổi
        hai mươi

Dưng nghe
    huyệt lạnh
        nỗi cười
            lạnh căm.

Thôi rồi
    tận cõi
        xa xăm

Thương hồn
    nhớ phách
        biệt tăm
            vô thường!

(Sàigòn - 1983, bài thơ thứ hai gửi LNghi)

LẬT TRANG KINH.
TỤNG CHỮ TÌNH

1.
Tung tăng gió giỡn cùng mây
Chao ôi, nắng trải thơm đầy dạ ai!

Í a, bậu quýnh quên cài...
Để thương lồ lộ. Mối mai thập thò.

2.
Qua đây cũng có quạt mo ^(*)
Bậu cười xin đổi ba bò chín trâu

Qua rằng qua chẳng lấy trâu
Bậu ơi lấy bậu tình sâu là tình!

3.
Dưng không, núi đứng chết trân
Còn sông khóc mướt. Cõi trần ngộ ghê!

Bậu ơi, hết bậu ngồi kề
Thơ qua đắng ngắt. Đi. Về. Lạnh tanh.

4.
Im nghe cây cỏ càu nhàu
Chim uyên chắc lưỡi dàu dàu bóng xuân ^(**)

Cớ chi đậu nhánh trầm luân
Bậu kêu dáo dác tình quân điếng lòng.

5.
Lật trang kinh. Tụng chữ tình
Vạn trang kinh mỗi chữ mình. Mình ơi!

Bậu đi bỏ bóng bỏ đời
Bỏ qua hiu quạnh bỏ trời quạnh hiu.

6.
Núi cao. Cao tít, tít xa
Tịnh không. Đá nở nụ hoa bồ đề

Lành thay! Bụi phủ sông mê
Ô hay thuyền ngộ. Bốn bề là không.

(2019)

(*) Ca dao: *"Thằng Bờm có cái quạt mo / Phú ông xin đổi ba bò, chín trâu / Bờm rằng: Bờm chẳng lấy trâu..."*.
(**) Chim uyên (chim uyên ương).

NGÓ TÂM,
THẤY PHẬT
CHẮT CHIU CỘI TÌNH

1.
Hổm rày chim chóc ì xèo
Ổng a ổng ẹo mè nheo đất trời

Chim thưa, chim đẹp nhất đời
Chèn ơi, Mình đẹp ngời ngời hơn chim.

2.
Mình thương, thương thiệt à nha
Dạ trao bên bến, ruột rà ngu ngơ

Chùm hum làm triệu câu thơ
Vẫn không làm nổi câu thơ thương Mình.

3.
Cỏ cây nũng nịu nũng na
Và mây ỏn ẻn khoe tà áo duyên

Thấy nhãn lồng, nhớ chim quyên (*)
Lia thia nhớ chậu, nhân duyên... nhớ Mình.

4.
Nhớ Mình, nhớ lá trầu cay
Cay cay lại nhớ cau kia... nhớ trầu

Nhớ trầu, cau có khóc đâu
Mà sao ướt cả canh thâu với tình.

5.
Tang tình tang tính tình tang ^(**)
Thuyền chung. Phận mỏng. Đôi đàng bụi tro

Thương ai, vạc đứng buồn xo
Nhớ ai, bìm bịp co ro kêu chiều

6.
Lên chùa, tượng Phật buồn thiu
Ngó tâm, thấy Phật chắt chiu cội tình

Cội tình mọc cõi vãng sinh
Khuya khuya giỡn bóng ghẹo hình. Mình ơi!

(2020)

(*) Ca dao: "Chim quyên ăn trái nhãn lồng / lia thia quen chậu vợ chồng quen hơi".
(**) Ca dao.

CHUYỆN ĐỜI XƯA, CÔ TIÊN VÀ CHÀNG THI SĨ

1.
Tròng trành nhớ nhớ thương thương
Sông dường hí hửng sóng dường hí ha

Cười cười lí lắc lí la
Nắng sà nhặt lấy nụ hoa cựa mình...

2.
Ô hay nụ đã ra hoa
Trà mi đã trổ mặn mà thuyền quyên

Nghe đâu có một cô tiên
Vịn vai thi sĩ, dịu hiền bước ra.

3.
Tơ hồng xe thuở nguyệt hoa
Xe đi xe lại bao la là tình

Cỏ cây quẩy nắng lung linh
Thương chi thương lạ ơi tình, tình ơi!

4.
Tiếng chim chật cả khoang đò
Líu lo líu lít hôm đò sang sông

Có ai đốt rạ vườn hồng
Mà thơm mùi lúa mà hong ngọn tình.

5.
Ngọn tình chàng cõng về dinh
Mình thêm mình nữa, hai mình một đôi

Cau tươi trầu quế quệt vôi
Têm mai têm trúc thắm môi đỏ lòng (*)

6.
Dưng không. Trời trút cơn giông
Bão đầu úp xuống rối bòng một đôi

Nát lòng. Xẻ bóng. Lẻ đôi
Bóng kêu u uẩn, một tôi giữa đời!

(2021)

(*) Giống tre làm mai mối theo điển tích trong sách *"Lưỡng ban thu vũ am tùy bút"* mọc trên bờ đầm gọi là *"Mai trúc"*.

BÊN ĐỜI
HIU QUẠNH

Rụng một vì sao
Bầu trời tối mịt
Trong lòng chi chít
Một nỗi thương đau.

Một vì sao rụng
Đò xa bến xa
Ngó đời đi qua
Trăng già lắm bụi.

Rụng một vì sao
Chập chùng bên núi
Cheo leo bên suối
Mình xa thật xa.

Một vì sao rụng
Rụng một vì sao
Còn một nỗi đau
Bên đời hiu quạnh.

Rụng một vì sao
Hư vô chợt sáng
Hồn em lãng đãng
Theo về bên ta.

(Long Khánh - 1983, gửi LNghi)

BÊN DÒNG SÔNG CHIÊM BAO

Nàng hẹn nàng không đến
Bầu trời thắp cơn giông
Chim bay chim bay mỏi
Tia chớp nhòe bến sông.

Mái chèo khua lặng lẽ
Người lái đò đăm chiêu
Chiều lên chiều lên khẽ
Tiếng mưa buồn buồn thiu.

Một người ngồi vẫn ngồi
Mưa thì vẫn mưa thôi
Nàng hẹn nàng không đến
Con đò xuôi lẻ đôi.

Chim buồn chim không hót
Sông buồn sông xanh xao
Tình buồn tình thêm ngọt
Và như là chiêm bao...

(Điện Nam - 08/7/1983, gửi LNghi)

@ **Bên Dòng Sông Chiêm Bao** thơ **Phương Tấn**, Nhạc sĩ **Đynh Trầm Ca** phổ nhạc, Ca sĩ **Đức Minh** trình bày.

BUỒN
NHƯ TRĂNG
NHỚ AI

Đò chờn vờn xa bến
Như ai chia tay ai
Bóng trăng khuya hiu hắt
Buồn như trăng nhớ ai.

Hai hàng cây ve vẩy
Ai giã từ ai đây
Con phố rêu đứng đấy
Buồn như phố đợi ai.

Tôi cứ như cỏ khô
Em cứ như ngọn lửa
Cháy theo dòng gió ngược
Thổi từ thuở yêu em.

Em là con chim trời
Vút bay vào cõi phúc
Tôi con chim côi cút
Bay ngẩn ngơ bên đời.

(Sài Gòn - 1983, gửi LNghi)

@ **Buồn Như Trăng Nhớ Ai** thơ **Phương Tấn**, các Nhạc sĩ **Phan Ni Tấn, Lam Duy** phổ nhạc, các Ca sĩ **Bích Tuyền, Lâm Dung, Ngọc Quỳnh, Tâm Thư** trình bày.

ĐÙA GIỮA VƯỜN U MINH

Trăng lu nến cũng hết
Ta lại giỡn một mình
Như kẻ nào chơi thuyền
Vớt nước rót đầy khoang.

Ta giỡn kệ ta giỡn
Bẻ gãy cả đất trời
Như kẻ nào giăng lưới
Bắt cá tận non cao.

Tiếc chi mà tư lự
Sá gì chút sầu tình
Kể chi đời cô lữ
Đùa giữa vườn u minh.

Tiếng em từ đáy mộ
Vọng thơm cõi vãng sinh.

(Chùa Vĩnh Nghiêm, Sài Gòn - 1983, gửi LNghi).

NGƯỜI NGÀY XỬA NGÀY XƯA

A, mình ta đối ẩm
Tình ơi ngộ quá đi
Sầu khua và lệ đẫm
Não nề cõi biệt ly.

Đời có chi lạ lẫm
Chia ly và từ khi...
Ta ngồi bên mộ huyệt
Thương tình xửa tình xưa.

Có con nhạn kêu miết
Khóc người xửa người xưa
Rồi con nhạn cười miết
Chết mù bên mộ xưa!

(2020, nhìn di ảnh LNghi).

PHỦI TÂM
RỚT HẠT BỤI TRẦN

1.
Và trong bụi đất vô minh
Tiếng chuông trầm lụy vọng kinh vô thường

Thương thương. Ghét ghét. Thương thương
Còn đây. Mất đó. Nghe dường rỗng không.

2.
Đừng trông mong. Đừng đợi mong
Lội sông vớt bóng vương dòng phù vân

Phủi tâm rớt hạt bụi trần
Lấm lem khổ lụy dậy mầm phân ly.

3.
Ô kìa ánh chớp từ bi
Gửi trong vô lượng xanh rì nguyên sơ

Ô kìa tiếng khóc trẻ thơ
Thế gian chìm đắm bên bờ tử sinh.

4.
Tay lần hạt. Lật trang kinh
Sắc không. Không sắc. Giật mình. Mình ư?

Lật trang kinh. Tìm chân như
Phật ơi, đời loạn! Trầm tư, kiếp người!

5.
Ác ma giả khóc giả cười
Níu chân phiền não giả người thiện tâm

Thiện căn trổ nhụy xanh mầm
Pháp thân tọa giữa chân tâm cõi đời.

6.
Chúng sinh nằm gác vai đời
Tiếng chuông rụng xuống đất trời sầu bi

Ô kìa ánh chớp từ bi
Gửi trong vô lượng xanh rì nguyên sơ.

(Tại chùa Bà Đen, Tây Ninh năm 1964, Phương Tấn sống cùng thi sĩ Hoàng Tư Thiện, tác giả tập thơ "Trăng Khuyết" - NXB Đà Nẵng - 2005, mất ngày 16 tháng 3 năm 2004 tại Đà Nẵng).

@ **Phủi Tâm Rớt Hạt Bụi Trần** thơ **Phương Tấn**, Nhạc sĩ **Cung Minh Huân** phổ nhạc và trình bày.

HÃY VUI NHƯ TÌNH ĐẮNG
(1960 - 2022)

LỆ TRĂNG - Tranh *Khánh Trường*.

ĐÀ NẴNG,
TRỜI NI ĐẤT NỚ

Đà Nẵng bến chiều buông lạnh
Đò xuôi trở chuyến sang sông
Âm ba gợn mình lấp lánh
Trời ni đất nớ mênh mông.

Trầm tư giáo đường ngủ gục
Giật mình khóc thét hồi chuông
Thanh âm đổ dài bắt bóng
Bóng đời lóng lánh vô tâm.

Đêm lên phố vào sa mạc
Tìm đâu rộn rã kinh kỳ
Lầu dinh mà như cồn cát
Thênh thang một nẻo sầu bi.

Cổ mộ, công viên vàng vọt
Chập chờn trăng dọi ma thiêng
Ghế đá là xương là cốt
Cỏ, hoa, liễu chết lặng phiền.

Khuya về thiu thiu con lộ
Lê thê đôi dãy tay gầy
Đứng ôm mắt đường rưng lệ
Rầu rầu rũ liệm hàng cây.

Đà Nẵng mình buồn em hỉ
Hôm nào em ghé vô chơi
Mùa ni có bông chung thủy
Nở nơi khóe mắt thay lời.

(1960,
Đạo là con đường là em)

@ "… Chính vì bị vây phủ bởi những hình ảnh thù nghịch nhưng lại không còn tìm được một tình thương yêu, một nơi ẩn náu cho tâm hồn, nên người trẻ tuổi của chúng ta rơi vào một cơn ác mộng hãi hùng. Trong đó, thế giới biến thành tha ma, phố phường là nghĩa địa. Thật vậy, một khi quanh mình không còn một tình thân nào nữa, thử hỏi khoảng cách biệt giữa sống và chết có ra gì? Phương Tấn đã phác họa cảnh tượng kinh hoàng ấy trong những vần thơ mang nhiều hương sắc điên dại và nổi loạn…".

(Trích: Tạp chí Văn học Gió Mới số 06 năm 1961).

HÃY VUI
NHƯ TÌNH ĐẮNG

Gai hồng chích lệ khô
Mưa hoài không bến đỗ
Gai hồng vuốt ngực xanh
Hồn lạnh những không ngờ.

Anh sầu trong mắt lá
Em cười trong cánh gai
Anh sầu trong mắt đá
Em cười trong cánh phai.

Lệ ngậm bóng chim soi
Mắc giữa cành bông máu
Hồn ngậm bóng trăng soi
Mắc giữa cành bông máu
Buồn hoài những mưa mai
Mắc giữa cành bông máu.

Hãy vui như lòng vắng
Bụi phủ qua nhiều năm
Hãy vui như tình đắng
Răng chạm giữa đường răng
Ngỡ hai hàng nến trắng.

Em sầu trong mắt lá
Anh cười trong cánh gai
Em sầu trong mắt đá
Anh cười trong cánh phai.

(Sài Gòn - Đà Nẵng, 1965)

@ **Hãy Vui Như Tình Đắng** thơ **Phương Tấn**, Nhạc sĩ **Đynh Trầm Ca** phổ nhạc, Nhạc sĩ **Trần Quang Lộc** *trình bày.*

THEO CƠN MƯA GIỮA ĐỜI

Thêm một lần cắn răng
Lại một lần lệ rã
Sao rụng giữa cành trăng
Lệ cười như trút lá.

A, một tên ma bùn
Tiếc chi chút môi hồng
Thương chi người thiếu phụ
Kêu cho người sang sông.

Chiều xa chiều xa mãi
Ta khóc người khóc ta
Đò đi đò đi mãi
Người khóc ta khóc người.

Ta câm như miệng hến
Sá chi quân sầu tình
Ai kêu buồn chi lạ
Buồn lẫn đầy thinh không.

Thôi ngày ba bốn bận
Ta buộc lại lòng mình
Như kẻ nào chuốc rượu
Chuốc mỗi mình khen vui.

Ôi tóc ta đà lẫn
Theo mây trắng bên trời
Và lệ em đà lẫn
Theo cơn mưa giữa đời.

Chiều xa chiều xa mãi
Ta khóc người khóc ta
Đò đi đò đi mãi
Người khóc ta khóc người.

(Sài Gòn, 1974)

CƠN MƯA CHIỀU ÚA RÃ

Mưa rụng đầy bến xe
Lòng rụng đầy tiếng khóc
Đất rụng đầy những sao
Cơn mưa chiều úa rã.

Chim không còn trong răng
Môi không còn chiu chít
Chim không còn trong răng
Cơn mưa chiều úa rã.

Ta khóc người khóc ta
Người khóc ta khóc người
Ta khóc người khóc ta
Cơn mưa chiều úa rã.

Từng giọt từng giọt buồn
Nhỏ xuống lòng nhân gian
Lăn trong đời hiu quạnh
Nhỏ xuống lòng nhân gian
Cơn mưa chiều úa rã.

(Bến xe Biên Hòa, 1972)

LỆ CƯỜI NHƯ TRÚT LÁ

Sao lưỡi đời đầy dao
Cho mắt ta đầy lệ?

Dao vướng giữa cành hoa
Lệ cười như trút lá
Dao rụng giữa ta bà
Em buồn sao không khóc
Thở dài như cánh mưa.

Dao gọt ta ngọt lạnh
Dao ướp những mật hồng
Lót cành lưng em ngã
Nhiễu hạt máu thơm trong.

Thân em vàng cánh lụa
Thân em vàng ấy sao?
Đời quay dao và múa
Điếng lòng ta. Ôi chao!

(Sài Gòn, 1972)

NGƯỜI
NÓI CHUYỆN
VỚI MỘ BIA

Chút xương da xanh mướt
Liệu người qua nổi sông
Đời buồn sâu bóng trượt
Hồn có mà như không.

Người vớt tuổi con gái
Trôi dạt tít xó đời
Trời trống huơ trống hoác
Không diệt cũng chẳng sinh.

Gió dường như quíu lưỡi
Mây mỏng phận, bạc đầu
Đời buồn sâu bóng trượt
Hồn có mà như không.

(Texas - 1969.
Thư LMỹ: "Nhưng dù sao thì cuối cùng cũng vào mấy miếng ván sơn đỏ thôi.")

QUẢY GÁNH LÊN NÚI CHƠI

Bỏ riêng em một thúng
Còn thúng xếp sách xưa
Vứt lượt là áo thụng
Quảy gánh lên núi chơi.

Lách ra khỏi xó đời
Quảy gánh lên núi chơi
Thả bằng hết bong bóng
Bay bằng hết trong trời.

Ngại đời xa lắm bụi
Ta phủi sạch tâm mình
Ngại bèo mây bám đuổi
Lòng ủ đầy tiếng kinh.

Em níu lòng cho chắc
Lúc lách qua xó đời
Ta giữ lòng đà chặt
Quảy gánh lên núi chơi.

(2022,
Đạo là con đường là em)

NÓI CHUYỆN ĐỜI VỚI NÚI

Nắng lúng la lúng liếng
Đắp mây, lòng nhẹ tênh
Cỏ cây cười luôn miệng
Gió gieo đầy tiếng chim.

Suối ríu ra ríu rít
Sương long lanh long la
Ruột rà, ta và núi
Kinh khổ bàn đôi câu.

Quẩn quanh mớ dục lạc
Tát sạch, thế gian ơi
Dạ xoa ngỡ Bồ tát
Mê lạc chi bóng đời.

Bàn đôi câu kinh khổ
Bóng và thân trống không
Bùn lầy, sen vẫn ngộ
Chợt thấy lòng lóng trong.

Hỏi chi ta và núi
Chỉ là tri kỷ thôi
Hỏi chi cát và bụi
Ươm từ thuở phù du.

Hỏi chi thời ly loạn
Lặng im. Im lặng thôi!

(2022,
Đạo là con đường là em)

BÓNG MÌNH
HIU HẮT BÊN TÔI

Em khắc tình tôi lên cát
Gió ơi sao gió cuốn đi
Phất phơ như là tiếng hát
Hiu hiu một nỗi sầu bi.

Tôi khắc tình em lên đá
Trăng già héo trổ rêu phong
Đời xô thấy chi cũng lạ
Lụy đò hồ dễ qua sông.

Tắt đèn trắng canh bó gối
Soi lòng chỉ thấy mình thôi
Ngoài kia trăng rụng có mỗi
Bóng mình hiu hắt bên tôi.

(Sài Gòn, 1996)

VÔ THƯỜNG

Tôi chao hồn xuống sông Seine
Ô hay chim chóc sà bên chợt cười

Ngày lên phố lạ theo người
Đưa tay hứng lấy bóng cười từ khi...

Nắng Paris ướt chia ly
Lao xao lá cỏ ngày đi buồn buồn

Giọt thơ ai chạm mà buông
Chòng chành giữa cõi vô thường lạ chưa!

(Paris, 2006 - 2012)

THƯ CHO EM TRAI
Ở QUÂN Y VIỆN NGUYỄN HUỆ,
NHA TRANG

Anh về muộn một hôm sau tiệc cưới
Nghe nhà khoe tiếc có mỗi mình anh
Lầu dưới lầu trên rộn ràng hai họ
Vợ em xinh đáo để là xinh.

Anh về muộn một hôm sau tiệc cưới
Chút gì vui còn loáng thoáng quanh nhà
Lòng chợt mát như có người vừa tưới
Cho thịt xương riu rít ở bao la.

Em đà đến đầu đời hạnh phúc
Chút tình anh xin trải xuống làm duyên
Thêm bài thơ anh đang ngồi viết
Cho vợ chồng em làm vốn bước lên thuyền.

Mây rẽ đất rắc cho đời hạt lệ
Em chèo qua, qua cho hết truân chuyên
Anh sẽ vớt đời đời hạnh phúc
Của vợ chồng em làm hạnh phúc cho mình.

Em biết đó, với thân tàn ma dại
Một sớm kia em ngỡ xác trăng khô
Đất sẽ hé cùng thịt da sẽ trải
Cho lòng anh khẽ đậu ở hư vô.

Em cũng biết Mẹ mỗi ngày một yếu
Cha thì đi từ thuở nọ chưa về
Bốn thằng con sống chung cùng manh chiếu
Cùng chút xương người Mẹ róc cho con.

Mẹ đà chết ở trong cùng sự sống
Nói làm sao tròn nghĩa Mẹ thương con
Anh biết phận, nghĩ mình lêu lổng
Đành cậy em sớm tối bên người.

Mai mốt chi đây em rời bệnh viện
Mừng cho em đôi nạng trên mình
Anh chỉ ngại lá cờ phủ xuống
Phủ theo sau lời lẽ hy sinh.

Nạng sẽ gõ vui nhà vui cửa
Vui như bom, hể hả dội trong khuya
Vui như đạn, reo ca ngoài biển lửa
Toe toét cười, mừng sông núi héo queo.

Thôi hãy nhận chút tình riêng anh rót
Xuống tình em lất phất tí chua cay
Em đừng hỏi sao lời anh không ngọt
Sao giọng buồn thiu
     như tiếng chim lẻ bạn thở trong ngày.

Em đừng hỏi sao lời anh không ngọt
Nào uống đi rồi có chia tay.

Em uống đi rồi có chia tay.

(Đà Nẵng, 1971)

VÀO TRẠI PHUNG QUY HÒA LÀM THƠ GỬI HÀN MẠC TỬ

Ta cười cợt với yêu ma xương cốt
Thoáng trong mây rờn rợn bát trăng sầu
Đất sẽ ướt tình ta như chuột lột
Trời cũng buồn như lớp lớp mộ bia.

Ta nhảy nhót với bóng ta vãi xuống
Một đời vui đem gói lại cho người
Một đời buồn gửi lại ở bên ta
Trong khuya khoắt nụ tầm đông chợt nở.

Ta sẽ sớt hồn ta cho cây cỏ
Cây sẽ xanh và cỏ hết bạc lòng
Ta sẽ thả lòng ta cho trời đất
Trời ra hoa và đất hết vô tâm.

Ta vui quá ôi chao ta vui quá
Dịch Thủy buồn đâu vì lỗi Kinh Kha
Trong tiếng kêu có chút gì là lạ
Sao dưng không thinh lặng đến vô thường.

Nơi quạnh vắng cõi lòng ta thăm thẳm
Ấy bao dung lồng lộng gửi cho người
Trong chịu chắt tình ta phơi phới lắm
Ngó xuống đời bạc phếch tuổi hai mươi.

(Quy Nhơn, 1973)

MỘT NỤ HỒNG QUẠNH QUẼ

Này một đôi chim sẻ
Ủ nắng trong mắt em
Hắt bóng, đôi nụ hồng
Nhú từ trái tim anh.

Nay một con chim sẻ
Chết trong lòng mắt em
Một nụ hồng quạnh quẽ
Héo từ trái tim anh.

Ngậm cõi đời trong miệng
Anh ngẫm chi cũng buồn
Thốt một lời cũng mỏi
Chớ vui chớ bảo vui.

Bay qua từ kiếp nạn
Phận mình như bóng mây
Nhân gian theo gió lay
Rụng giữa dòng tro bụi!

(Cali 2022,
Đạo là con đường là em)

CHUYỆN TRÒ CÙNG ANH KIẾN, CHỊ DƠI VÀ CHÚ MUỖI

Chim đừng gọi dù một lời rất khẽ
Mây đừng kêu dù một sớm mai hồng
Cho ta đậu bên hiên đời quạnh quẽ
Cho tình ta vãi nhẹ ở hư không.

Này anh Kiến, chị Dơi và chú Muỗi
Thịt ta thơm cứ cắn chút làm duyên
Xin đừng hỏi sao ta cùi cũi
Sao lòng ta quạnh vắng đến vô biên.

Thơ ta giã, ướp cùng sương khói
Ướp xương da và máu ở hai miền
Nhắp một ngụm nghe lòng đỡ đói
Nhắp cho qua thời buổi đảo điên.

Ta bẻ kiếm khi quanh thành lửa cháy
Khi cần lao mất cả ruộng vườn
Bom đạn đã nhiều hơn thóc lúa
Hận thù nhiều hơn cả tình thương.

Này anh Kiến chị Dơi và chú Muỗi
Thịt ta thơm xin cắn chút làm duyên
Cắn như đạn như bom như lửa dữ
Như xác anh em như máu hai miền.

Cắn như bão từ đồng minh lại
Cuồn cuộn phù vinh ngậm lấy chân ai
Chút chí khí cũng lọt tầm tay với
Lọt chén cơm tí nghĩa sẻ chia cùng.

Ta bẻ kiếm khi quanh thành lửa cháy
Và ngã lưng trên một dòng sông
Một cây cầu một tổ tiên mang hai dòng sống[*]
Cho tình ta vãi nhẹ ở hư không.

(Biên Hòa, 09/12/1972)

[*] *Cầu Hiền Lương sông Bến Hải*

VĨNH BIỆT TRĂNG, ÔI MỘT NÀNG THỤC NỮ

Một giọt trăng chắt chiu trong kẽ lá
Một giọt sầu thơm lạ ở trong khuya
Ta vỗ bụng khen đời vui chi vui lạ
Cười hủy cười hoài nước mắt đỏ hoe.

Lệ vây ta lửa đuốc lập lòe
Trăng ủ rũ dúi mình trong thân mộ.

Mộ đỏ mộ xanh nhảy chồm lố nhố
Níu kéo thân ta, ca hát véo von
Đêm bay lên xòe đôi mắt đen ngòm
Ta cởi dạ thả giữa bồn trăng huyết.

Thân chẻ vụn giăng làm hoa diễm tuyệt
Kết hôn này bằng âm điệu sầu ma
Mặc cho trăng màu áo đỏ mượt mà
Hát cho trăng nghe, trăng kêu buồn chi lạ.

Rồi một mai, ta thằng người man dã
Ăn cả thiên thu gió hú rừng hoang
Thiên hạ nhìn ta mắt mắt kinh hoàng
Vĩnh biệt trăng, ôi một nàng thục nữ!

(Đà Nẵng - Sài Gòn và cơn bệnh, 1961)

VÀO NHỮNG NGÀY CÓ KINH NGUYỆT

Ta giẫm qua mặt mình
Giẫm qua cơn lệ lớn
Ta giẫm lên mặt người
Chân vắt giữa cành răng
Cổ dài như ngực mỏng.

Mặc, hãy mặc để mặc
Cung cúc giữa xó đời
Sá chi một tiếng thét
Mộ đời mộ đời ơi!

Khóc mù mắt ta khóc
Đêm sâu rừng sâu hơn
Rừng sâu ta sâu hơn
Thèm được nói như người.

Ta giẫm qua mặt mình
Giẫm qua cơn lệ lớn
Và giẫm lên mặt người
Chạy thiếu điều hụt hơi
Kịp trời lên lúc chết.

Kịp trời lên lúc chết.

(Sài Gòn và cơn bệnh, 1966)

DẠT BÊN ĐỜI
CHỈ CÓ BÓNG VÀ TA

Chân lướt thướt giẫm lên buồng trăng rụng
Bóng và ta ẩm ướt cả thời gian
Ta với bóng lênh đênh và tình cũng...
Dạt bên đời chỉ có bóng và ta.

Lòng sột soạt nơi đầu cây ngọn cỏ
Trăm bơ vơ chụm lại ở chân mày
Một bát sầu đọng lại ở chân mây
A con nhạn lẻ bầy kêu thắt ruột!

Nghe rờn rợn yêu ma trong kẽ núi
Trên rừng kia phơ phất một trời xuân
Có con quạ rỉa lông nơi bóng núi
Bảo mùa đông đâu phải mùa xuân.

Ta quậy quạ với đất trời buồn lạ
Mây ngu ngơ và gió cũng ngỡ ngàng
Chim ngược bước rơi tiếng kêu lạnh quá
Kiếm hộ chim sợi nắng ở xuân sang.

E ta ngã giữa xó đời chật chội
Trong sớm mai bên cỏ lá đìu hiu
Mắt không vuốt để nhìn ra trăm cõi
Chốn ta bà sao quá đỗi hoang liêu.

(Huế, 1972)

NỞ RỘ
NHỮNG CHIÊM BAO

Và một thoáng hồn chao trong đáy chén
Cùng lệ ta thánh thót dưới vai đời
Ta duỗi mình trên lưng rượu hát chơi
Tay gõ chén ngỡ ngựa khua lốc cốc.

Đừng. Đừng nhắc rằng đời ta lận đận
Rằng anh em sao đi mãi không về
Rằng tuổi trẻ có cái chi vui quá
Mà thơ ta ngào ngạt những xót xa.

Thêm một chén mừng cho đời loạn lạc
Mừng tóc ta phủ bạc tuổi còn non
Gió đừng thở kẻo lòng ta xào xạc
Những hơi thu buồn ngát một trời xuân.

Một chén nữa nhấp cho say túy lúy
Nghe như trời rót lụa dưới chân ta
Nghe như chim ngậm lúa ở sau nhà
Rơi mỗi hột giữa lòng ta thơm quá!

Ta sẽ vớt hồn ta trong đáy chén
Thả trong mây và vãi ở trong sao
Người sẽ thở tình ta trong trời đất
Để nghe đời nở rộ những chiêm bao.

(Sài Gòn, 1973)

SẦU ĐIÊN TA SẦU ĐIÊN

Ta nhặt nhạnh những lệ
Nhặt cho ráo một đời
Nhỡ một mai ta chết
Còn lệ khóc cho ta.

Em mắc giữa cành sương
Leo hoài không đến đất
Ta mắc giữa hốc đời
Leo hoài không đến nhau.

Tay che qua tàn huyệt
Vĩnh biệt vĩnh biệt Kym
E một lời cũng mỏi
Vĩnh biệt vĩnh biệt Kym
Ôi mắt ta vàng khói
Và lệ cháy như thơ.

Xé thơ lót bông lệ
Sầu điên ta sầu điên
Lệ cháy hoài khôn kể
Sầu điên ta sầu điên.

(Texas 1970 & US Navy Hospital Ship Repose, AH-16)

CHỢT THẤY ĐỜI ĐÃ CẠN

Đừng soi vào mắt ta
Kẻ lạ nào quen quá
Giấu chi giọt sương lạ
Lau chi hạt máu hồng.

Đừng soi vào mắt ta
Chiếc lồng không bóng chim
Treo một đời để nhử
Chết ngọt những đường kim.

Đừng soi vào mắt ta
Cánh hồng đen lã chã
Nhạt nhòa giữa lòng ta
Cơn mưa chiều rệu rã.

Nào, dốc ngược tim mình
Ngã chúi vào dĩ vãng
Ta dốc ngược tim mình
Chợt thấy đời đã cạn.

(Sài Gòn, 6/1967)

BƯỚC RA TỪ
NHÀ THƯƠNG ĐIÊN
BIÊN HÒA

Cung cúc giữa xó đời
Chờn vờn bóng ma trơi
Cười sao cười quá đỗi
Ta giỡn, kệ ta chơi.

Ta tự làm khán giả
Cùng sân khấu trống không
Phá lên cười ha hả
Tên lạc chợ trôi sông.

Cúi và từng bụm cát
Nỗi bạo hành trong tay
Ta đấm ta xây xát
Rồi thu thân đứng cười.

Ta đấm ta ngã xuống
Hồn mắc nơi cành khô
Ta đấm ta ngã xuống
Ngã xuống ta đứng lên
Gỡ hồn và ngúc ngoắc.

Này giữa lòng thánh địa
Thượng đế treo toòng teng
Nhiễu nhương cười hô hố
Và thánh thần Amen!

Hai với hai mười sáu
Từng khoảng buồn lên cao
Từng niềm vui xuống thấp
Ta vo đầu cười khan.

Nào, bật trái tim ra
Treo leo heo đầu lưỡi
Nỗi khốn cùng tròn xoe
Tò tí tò tí te.

(Dưỡng trí viện Biên Hòa, 1973)

NGHĨ CHI
THỜI GIẶC GIÃ

Vất vưởng nơi biển lạ
Chèo queo giữa mây trời
Nghĩ chi thời giặc giã
Dạ chỉ thêm rầu thôi.

Năm ba câu lếu láo
Ta cũng chỉ buồn thiu
Ô kẻ nào dại bảo
Hãy lội ngược đời mình.

Tuổi xuân nào đà mỏi
Trôi giạt tít mù xa
Thời buổi chi cũng lạ
Biển hiểu ta hơn người.

Đợi chi ta phải khóc
Bộ khóc mới buồn sao
Đợi chi người thủ dao
Mới giết được anh hào.

Thời buổi chi lạ quá
Biển hiểu ta hơn người!

(Honolulu - Hawail, 1969.
Kính gửi nhà thơ Nhân Hậu, tác giả "Có Nói Cũng Không
Cùng" và tướng Nguyễn Đức Khánh).

IM LẶNG
SẼ HÓA ĐIÊN

Cha mẹ tôi Việt Nam
Loài da vàng mũi tẹt
Bị đạp xuống đá lên
Lềnh bềnh trong bể máu.

Tôi là tên thiếu tháng
Từ lồng kính bước ra
Cùng một nỗi phiền muộn
Trên phận đen mỗi người.

Từng bụm cát xát máu
Trên tay lũ con Tây
Trút vào mũi vào miệng
Thằng bé con Việt Nam.

Bằng hai tay nắm chặt
Bằng quả cảm trong thân
Từng dấu chân chiu chắt
Giữa dòng sống mù sương.

Ước mơ nào trong mắt
Mùa xuân của ấu thơ
Từng đêm nằm se sắt
Nghe tiếng thầm bơ vơ.

Đi giữa trời khuya khoắt
Tôi nhỏ to một mình
Đi giữa trời khuya khoắt
Tôi hét vào tuổi tôi
Tôi đá vào trí não
Mọi cửa trong châu thân
Tôi vật tung hết ráo.

Cùng một nỗi phiền muộn
Trên phận đen mỗi người.

(1962)

LỬA GAI
VÀ BÃO DỮ

Chàng đong đưa trên chỉ
Đêm khẽ đến bao giờ
Đêm mở toang quá khứ
Với đôi mắt to đen
Lửa gai và bão dữ.

(Tôi leo lên chân tôi
Tôi leo lên tay tôi
Đi một tay một chân
Phá lên cười ha hả).

Đêm lên đêm không xuống
Chàng là tên giễu trò
Cho mọi người cười rộ
Khi tiếng nói cất lên
Từng nỗi đau đớn một.

*(Tôi leo lên chân tôi
Tôi leo lên tay tôi
Đi một tay một chân
Phá lên cười ha hả).*

Chàng xoay mặt vào vách
Những đèn nến sau lưng
Và một người đã đến
Cũng buồn bã như chàng.

*(Tôi leo lên chân tôi
Tôi leo lên tay tôi
Đi một tay một chân
Phá lên cười ha hả).*

Và tiếng nói cất lên
Từng nỗi đau đớn một.

(Texas, 1971)

CÙI CŨI

Thôi đậu nơi cành cao
Nơi không người đổ lại
Tôi đậu nơi cành cao
Chót chét từng tiếng nói.

Tôi nói mình tôi chơi
Chơi mỗi mình cùi cũi.
Lủi thủi mình tôi chơi
Chơi mỗi mình cùi cũi.

Phờ phạc giữa hốc đời
Mỗi mình một mình ơi
Mót hộ ta hạt nắng
Mỗi mình một mình ơi!

Ngậm ngùi chi cho mệt
Thế sự nào không hư
A, con trăng chợt khuyết
Không thốt gì thêm đâu!

(1961)

ĐẮNG VÀ CAY

Sau mỗi đêm không ngủ
Bức tóc vo lấy đầu
Cổ bong đầy những mủ
Tôi sầu như cỏ khô.

Và mỗi đêm không ngủ
Lại vả vào mặt mình
Vả vào nỗi cùng khốn
La hét như người điên
Chặn ngực nghiến lấy gối
Đờm vãi xuống hàng hai.

Lại mỗi đêm không ngủ
Tôi há họng soi gương
Mủ bong đầy trong cổ
Cùng vết lở thương tâm
Tôi cắn răng chịu khổ.

Thôi thức cho qua đêm
Đêm thức cho qua ngày
Ngày thức cho qua năm
Quên bằng đắng và cay.

Nào quên như nỗi nhớ!

(Sài Gòn, bệnh viện Bình Dân - 1963)

VÂNG, MỘT ĐỜI KHỔ LỤY

Tôi nhảy chồm lên trán
Đứng huýt sáo liên hồi
Tôi nhảy chồm lên trán
Cất tiếng hót véo von
Rồi phá lên cười ngất
Cười như tiếng khóc tôi
Ôi như phận đời tôi.

Này tôi xé thương yêu
Chia mỗi người một ít
Tôi xé hết thương yêu
Còn mỗi mình khốn khổ.

Thôi tôi buồn hộ tôi
Giữa hai dòng mủ đổ
Nhốt cổ họng thương tâm
Giẫm lên nỗi cùng khổ.

Thôi, tôi buồn hộ người
Mang theo làm lộ phí
Dành tiêu hết một đời
Vâng. Một đời khổ lụy
Một đời, một đời ơi!

(Sài Gòn, 1965)

NGÀY XUỐNG
NGÀY KHÔNG LÊN

Này da vàng đầy phố
Vẫn không thấy anh em
Sao da vàng đầy phố
Vẫn không thấy mặt người!

Nào bước khỏi đám đông
Khỏi những khuôn mặt kịch
Xin bước khỏi đám đông
Lòng mở lòng nguội ngắt.

Hãy xem tôi đã chết
Tôi đã chết lâu rồi
Những lúc buồn quá đỗi
Tôi nghĩ thế cho vui.

Này da vàng đầy phố
Vẫn không thấy anh em
Sao da vàng đầy phố
Vẫn không thấy mặt người!

(Sài Gòn, 1966)

REO VUI
GIỮA HUYỆT ĐỜI

Này cô đơn quá đỗi
Tuổi trẻ làm sao ăn
Tóc đà trắng buồn bã
Sao chẳng thấy Phật đâu
Nhào lộn trên thánh giá
Vẫn chẳng thấy Chúa đâu.

Thôi đêm còn hai tay
Bức tóc vo lấy đầu
Và ngày còn hai chân
Giẫm lên cùng nỗi khổ.

Thôi tôi còn một tôi
Reo vui giữa huyệt đời
Huyệt đời huyệt đời ơi!

(1963)

CHÈO QUEO
GIỮA PHẬN ĐỜI

Đừng cho tôi giết tôi
Tôi còn tôi còn người
Đừng cho tôi giết người
Tôi còn người trong tôi.

Hỡi một tôi một người
Hỡi những người những tôi
Sao nhặt nhạnh khốn khổ
Phủ lên cùng thân nhau.

Tôi lận theo nỗi đau
Nấu lòng đôi chân bước
Từng quả tim cắm ngược
Mọc trên mỗi dấu chân
Từng lưỡi dao cắm ngược
Mọc trên mỗi trái tim.

Vắt vẻo triền đá lở
Tuổi trẻ đen đêm đen
Sao tóc đà bạc phếu
Vẫn chưa hết cô đơn
Sao râu đà trắng héo
Chèo queo giữa phận đời.

Vắt vẻo triền đá lở
Tuổi trẻ đen đêm đen.

(Miền Nam tôi, 1968)

UỐNG RƯỢU NÓI SÀM

Đừng. Đừng. Người đừng đến
Hà tất phải nhọc tâm
Dẫu tóc ta bạc phếch
Lấm lem những bụi tình.

Trả tình bằng nước mắt
Ta uống rượu nói sàm
Chắc người không nỡ chấp
Tình gần mà xa xăm.

Thôi dễ gì hạp ý
Tình rơi dạt ngoài sông
Theo biển đời mênh mông
Vướng nơi thân khổ lụy.

Gió thì say túy lúy
Trời đất thì lăn quay
Trăng sao thì ma mị
Gió say. Kệ gió say!

(Biên Hòa, 1972)

BẮT BÓNG

Ôi trên mộ bia nào
Và trên xương cốt nào
Mật hoa là tình đắng
Hạt máu là bi ai!

(1973)

THƯA MẸ
(1961 - 1997)

MẸ VÀ CON - Tranh *Bé Ký.*

THƯA MẸ

Con lột mũ cởi giày và tháo mép
Những chua ngoa xin mắc lại cho đời
Nay trở ngựa rầu rầu qua lưng mẹ
Thân cũng tàn con gõ lấy mà chơi.

Xin đừng hỏi e một lời cũng mỏi
Tương tàn kia bòn mót hết xương da
Con ngồi gỡ trăng phơi trong mắt lạnh
Lấy nắng chiều hong một chút sầu khuya.

Cho được thở hơi bay trong kẽ lá
Chút lòng vui đậu xuống mép sương chiều
Chút gió nổi lay hồn trong bãi đá
Hồn nghêu ngao cùng bầy lệ chắt chiu.

Cho được nói lời bay trong kẽ nón
Lời reo vui lách tách vỡ quanh vành
Chân cát bụi xin quỳ trong mắt mẹ
Thân đã vàng hay nắng đã vàng hanh.

Con sẽ thở hơi con trong vú mẹ
Tí bi ai khẽ động mé chân đời
Chim lẻ bạn chơi mỗi mình quạnh quẽ
Chạm tiếng kêu, ngại Chúa cũng chơi vơi.

Thôi đà mỏi con vui lòng trở ngựa
Tương tàn kia bòn mót hết xương da
Chiến tranh kia vẫn nằm ve vuốt lửa
Vuốt lưng người đất xé vuốt lưng cha.

Thôi đà mỏi con vui lòng trở ngựa
Thân tong teo dắt dạ chắt chiu về
Thêm chút gạo chút lửa cười trong bếp
Chút bao dung lốp bốp vỡ trong con.

Mẹ so đũa gắp lòng reo trong mắt
Gắp một đời rót xuống chén cơm con.

(Đà Nẵng, 1965)

@ **Thưa Mẹ** thơ **Phương Tấn**, Nhạc sĩ **Trần Quang Lộc** phổ nhạc và trình bày.

MẸ,
BÀ TIÊN BẤT HẠNH

Con ngo ngoe từng ngày
Dưng không Mẹ buồn lạ
Lắt lay cánh cò già
Đời có chi ngộ quá.

Con ngo ngoe từng ngày
Mẹ sao rầu thúi ruột
Mẹ khóc ngày khóc đêm
Xanh như tàu lá chuối.

Mẹ, bà tiên bất hạnh
Gượng leo dây một chân
Quẩy quạnh hiu một gánh
Chập choạng vào thế gian.

Mẹ, bà tiên bất hạnh
Gượng leo dây một tay
Quẩy quạnh hiu một gánh
Chập choạng vào thế gian.

(Đà Nẵng, 1961)

CUỐN TRÔI
GIẤC MƠ TIÊN

Gặp bạn thời bạc phước
Khuyên mẹ bán bớt con
Mẹ ôm con khóc mướt:
"Bán Mẹ không bán con."

Tà lụa trắng trong tóc
Cuốn trôi giấc mơ tiên
Là dấu chân con gái
Đuổi theo nỗi lặng yên.

Cha đi từ thuở nọ
Biệt tích giữa chiến khu
Những chiều mưa phố đỏ
Mẹ vớt xác ven sông
Những chiều mưa phố đỏ
Mẹ vò võ trông chồng.

Thân Mẹ gầy hơn cỏ
Càng vò võ hoài mong
Thương dầu hao bấc cạn
Gửi phận vào thinh không.

Sau ngày tháng năm đó
Mày đã làm được gì?
Tiếng quát của lý tưởng
Quay tít giữa châu thân
Căng thêm niềm thần bí
Tôi thiếu điều hụt chân.

Ôi chao, ngày phụt tắt
Tuổi trẻ đen đêm đen
Từng ý nghĩ thoăn thoắt
Nhảy trong trí não này.

Nỗi thật đen thấp xuống
Cùng bão lũ lên cao
Đuổi theo đuổi theo mãi
Trên số phận hẩm hiu.

Trên số phận hẩm hiu.

(Sài Gòn, 1962)

ĐỢI BÓNG

Cha tôi theo cách mạng
Huyễn mộng giữa đất trời
Sầu đùn theo năm tháng
Mẹ đợi bóng ma trơi.

(Đà Nẵng, 1946 - 1975)

MẸ ƠI, CON KHÔNG VỀ KỊP TẾT

Thưa má, má của con
Con không về kịp tết
Buồn như chưa được buồn
Buồn như năm vừa hết
Buồn như lòng vừa chết.

Ở Mỹ không hạt dưa
Không lì xì không mứt
Không lấp ló sau nhà
Chờ được mừng tuổi Má.

Xuân ở quê nội con
Có bà con cô bác
Cầm tay ngỡ kẻ thù
Có anh em ruột thịt
Mà giết nhau như chơi.

Xuân ở quê nội con
Rượu mà như nước mắt
Khóc say nhau một lần
Mai chắc gì thấy mặt
Mai chắc gì anh em.

Xuân ở quê nội con
Chúc nhau mà lại khóc
Phòng mai mình chết đi
Không còn người để khóc
Phòng mai người chết đi
Còn có mình đã khóc.

Xuân ở quê nội con
Xuân sao buồn chi lạ
Buồn như thể chiến tranh
Buồn như năm buồn bã.

Xuân ở quê nội con
Xuân sao buồn chi lạ.

(Wilmington - Ohio, 1969)

CHA VÀ CON

Chiều nằm xuống như da vàng của Mẹ
Sông núi buồn queo quắt ngó dung nhan
Vạt máu vãi trên đồi cao bóng lẻ
Máu quân thù hay máu của quê chung.

Máu vẫn đỏ những con đường đất đỏ
Mẹ còng lưng gánh lúa dắt trâu về
Cha cúi xuống suốt khoảng đời khốn khó
Những chiều hôm vấn thuốc ngủ ven đê.

Con sẽ xới cho người đôi chút máu
Chút xương da người lính ở trong này
Trông có đỏ như sông Hồng ngoài ấy
Có ngọt ngào như màu máu quê chung.

Đêm đã nổi vẫy lưng trời với bóng
Ý phân tranh vỡ cánh hót quanh mình
Mắt chưa vuốt vắt ngang đời có mỏi
Hồn chưa nguôi hồn đọng giữa tàn phai.

Ơi lường lật nằm sau tầm giới tuyến
Con giết cha không khác một kẻ thù
Người nằm đó vắt qua lòng dây kẽm
Mượt hơi bom lửa rót mát như thu.

Cánh dơi chiều vỗ một đời tủi cực
Chúa buồn thiu cùng thần thánh quay đi
Mây cũng mỏi theo đất trời day dứt
Đợi bóng câu xa lắc buổi tương phùng.

Chiều nằm xuống như da vàng của Mẹ
Lá không vui che dạ thở trong cành
Và người chết vắt qua lòng dây kẽm
Xác quân thù hay xác của anh em.

(Việt Nam, 1964)

THƯ GỬI CHA
BÊN KIA SÔNG BẾN HẢI

Tay ốm quá làm sao con che hết
Biển xô nhanh trên cùng suốt dân mình
Con rẽ bóng sống chung cùng rệp muỗi
Nỗi thật đen xòe đôi cánh đao binh.

Ơi giải phóng
        phóng bùa vong bản
Tiêu máu nhân dân
                đỏ phố đỏ cờ
Chân vô thức bủa quanh đầu cách mạng
Con gõ hồn thân bỗng úa mênh mang.

Trong hiu hắt dòng chim rừng quẫy cánh
Dắt dìu nhau trôi dạt bến bờ xa
Lửa cuồn cuộn chìm sâu vào sử sách
Cội chia nguồn và bóng cũng chia ta.

Con bấu mặt con tưởng mình xa lạ
Buồn đong đưa
          buồn đọng xuống hoang mang
Nỗi chết đó đột nhiên thành ân huệ
Quê hương kia ôi màu máu kinh hoàng

Con dại
    con ngu
        cam mình bất hạnh
Xin quay về chong đôi mắt xanh xao
Đứng ngó tổ tiên
          ngó cùng dân tộc
Ngó xuống hồn thân bỗng úa mênh mang.

(Việt Nam, 1965)

MẸ NGỦ NGOAN CON THƯƠNG

Ôi, con thèm đi học
Dẫu tuổi đã cùng đường
Như sinh ra đã khóc
Thèm có mối tình thương.

Ôi, con thèm đi học
Như khi còn thai nhi
Thầm thì trong bụng mẹ:
"Mẹ ngủ ngoan con thương."

Ôi, con thèm đi học
Để biết mình biết yêu
Để biết mình biết khóc
Xót quê mình đìu hiu.

Ôi, con thèm đi học
Phận đời như bóng câu
Tủi một thời ngang dọc
Tát hoài mỗi bể dâu.

(2022)

@ **Mẹ Ngủ Ngoan Con Thương** thơ **Phương Tấn**, Nhạc sĩ **Phan Ni Tấn** phổ nhạc và trình bày.

CHẾT SỮNG GIỮA CƠN MƠ

Gõ lấy thân lép kẹp
Như gõ vào áo quan
Đất trời đà khép mắt
Buồn hơn thuở hồng hoang.

Những đồng tiền mẹ rót
Lăn qua kẽ tay mòn
Hạnh phúc nào còn sót
Lọt thỏm giữa đời con.

Tiêu xài da thịt Mẹ
Nến tắt. Gió là con
Con là quân đổ đốn
Yêu Mẹ như thù con.

Gõ chiếc thân lép kẹp
Như gõ vào áo quan
Con cười như gỗ ván
Xếp vó giữa gò hoang.

Con cười như vết đạn
Chết sững giữa cơn mơ.

(2022)

À ƠI!

Mẹ buồn!
    quên bằng
        tiếng kêu

Và con!
    thấp thỏm
        trớ trêu
            phận đời

Quê mình
    ma đậu
        à ơi

À ơi!
    ma đậu
        rạc rời
            xương phơi.

(Đà Nẵng, tháng 3/1975)

MẸ VÀ CON,
NON VÀ NƯỚC

Đừng. Đừng giết con tôi!
Súng bắn thẳng người mẹ
"Mẹ ơi, con mồ côi..."
Súng bồi thêm người con.

Quỷ đỏ đeo mặt nạ
Giết cả mẹ cùng con
Cướp cả non cùng nước!

Súng quay vào thành phố
Quay vào chính nhân dân
Đâu thể nào tử lộ
Đường đi đến tự do
Mà sẽ là huyệt mộ:
Chôn kẻ thù nhân dân

Quỷ đỏ đeo mặt nạ
Giết cả mẹ cùng con
Cướp cả non cùng nước!

Việt Nam phơi hồn cốt
Lồng lộng giữa đêm đen
Quê hương chỉ có một:
Đường đi đến tự do
Tuổi trẻ chỉ có một:
Lý tưởng và lương tri.

Quỷ đỏ đeo mặt nạ
Giết cả mẹ cùng con
Cướp cả non cùng nước!

(2022)

ẦU Ơ,
CON ẴM BÓNG THEO
TẠ ĐỜI

Mẹ cười bưng bát cơm thiu
Ầu ơ, móm mém hắt hiu phận bèo

Mặc lòng trời đất cheo leo
Ầu ơ, con ẵm bóng theo tạ đời.

CON CƯỜI BÊN MỘ
VUI CÙNG NỖI ĐAU

Mót tàn hơi, níu thời gian
Đất trời chết điếng trần gian mịt mùng

Mông lung cát bụi mông lung
Con cười bên mộ vui cùng nỗi đau.

TRĂNG GIÀ VẮT XÁC BÊN HÀNG TRẦM LUÂN

Cội mai chết tự đêm qua
Đất trời rụng bóng làm nhòa thế gian

Biển im, núi sững, sầu mang
Trăng già vắt xác bên hàng trầm luân.

CÕI XA VẰNG VẶC MỘT MÀU QUẠNH HIU

Thế gian chụm giữa cơn đau
Vỡ ra thành lệ rụng vào mộ sâu

Khuya đi trăng dọi mối sầu
Cõi xa vằng vặc một màu quạnh hiu.

(Sài Gòn, 1997)

@ **Bốn bài thơ lục bát**, mỗi bài 4 câu làm trong ngày Mẹ mất: Ầu Ơ, Con Ẩm Bóng Theo Tạ Đời, Con Cười Bên Mộ Vui Cùng Nỗi Đau, Trăng Già Vắt Xác Bên Hàng Trầm Luân, Cõi Xa vắng Vặc Một Màu Quạnh Hiu.

CHẢO LỬA TRỤNG CƠ ĐỒ
(1963 - 2022)

NỖI BUỒN VẪN CÒN NGUYÊN
- Tranh Hồ Thành Đức.

CHẢO LỬA
TRỤNG CƠ ĐỒ

Chúng nó bán quê hương
Chúng nó bán mình rồi
Làm người dân khi chết
Không cọng cỏ che thân.

Giặc tràn từ phương Bắc
Chảo lửa trụng cơ đồ
Cháy ngàn năm chưa tắt
Chảo lửa trụng cơ đồ
Quê hương bầm vết cắt
Cứa mối sầu khôn nguôi.

NƯỚC NAM
DÂN HÁN Ở

Thôi ngày đà khép mắt
E không mở bao giờ
Đêm trườn mình ve vẩy
Đêm, ôi đêm ôi đêm!

Đêm của loài quỷ đỏ
Chấm máu ăn thịt người
Nhai gan mừng tuổi thọ
Định mệnh đêm sát nhân
"Nước Nam dân Hán ở". (*)

Đêm, ôi đêm ôi đêm
Đêm cười như tiếng nấc
Đắng nghẹn cả biển vàng
Đêm cười như rót đạn
Giết cả một giang san!

(*) **Nam quốc sơn hà Nam đế cư** (Sông núi nước Nam vua Nam ở) là câu thơ trong bài thơ **Nam Quốc Sơn Hà** (Sông núi nước Nam) của danh tướng Lý Thường Kiệt.
@ **Nước Nam Dân Hán Ở** thơ **Phương Tấn**, Nhạc sĩ **Võ An Nhơn** phổ nhạc mang tên **Đêm, Ôi Đêm Ôi Đêm** và trình bày.

THƠ PHƯƠNG TẤN

BÓNG MA
VÀ TÀU LẠ

Ồ, đâu phải bóng ma
Và đâu phải tàu lạ
Là một loài quỷ đỏ
Nuốt biển đảo quê ta!

Chúng ôm bom khiêu vũ
Trên quá khứ cha ông
Mong giết đi lịch sử
Xóa nhòa tổ tông ta!

LỤC DỤC
MÙI NHÂN GIAN

Và niềm bí mật ấy
Khắp phố phường chúng ta
Những áo cơm quay quẩy
Trong xác thân mỗi người.

Trên kênh rạch lụp xụp
Dưới gầm cầu tối tăm
Hắt hiu tầng địa ngục
Lục dục mùi nhân gian.

VỚT MỘT ĐỜI LÊU BÊU

Dòng kênh đen lầy lội
Lặng lờ con xóm tối
Em vớt rau dạt bèo
Vớt một đời lêu bêu.

NGẨN NGƠ ĐỜI BẠC MỆNH

Chị bươi trong rác rến
Bươi cùng chuột cùng mèo
Ngẩn ngơ đời bạc mệnh
Quên bẵng một tiếng kêu!

BIỂN, THỦY MỘ TRẮNG PHAU

Oằn lưng đèo cá chết
Biển, thủy mộ trắng phau
Đất miền Trung bạc phếch
Lệt xệt sóng dìu nhau.

Giọt lệ rơi thành muối
Hòa vào giữa biển khơi
Những vòng đời lầm lũi
Quay ngắc ngoải giữa trời!

DÌM BAO
NỖI OAN SÂU

Nhà tù như tóc bạc
Trắng phếu cả mái đầu
Dòng sông như cơn khát
Dìm bao nỗi oan sâu!

SÓNG DẬY
TỪ NHÂN DÂN

Việt Nam Việt Nam ơi
Thánh thần treo cổ chết
Lịch sử bước ra đường
Đương chổng đầu xuống đất
Nhìn quê hương lăn quay
Cùng một loài quỷ đỏ!

Việt Nam Việt Nam ơi
Nào cúi sâu lòng đất
Rồi soi sâu lòng mình
Sóng dậy từ nhân dân
Đâu lẽ nào vô vọng
Và lẽ nào nín thinh?

HÃY ĐEM RẢI MẶT TRỜI

Này anh em tôi ơi
Hãy đem rải mặt trời
Giữa ruộng vườn nứt nẻ
Hãy đem rải mặt trời
Lên mỗi lòng quạnh quê
Tay đã đầy tình thương
Hồn đã căng đầy gió
Hãy đem rải mặt trời
Việt Nam một ngày mới!

Tôi mừng tổ tiên tôi
Đã cho tôi lịch sử
Và mừng anh em tôi
Cùng bừng bừng bước tới.

Hãy đem rải mặt trời
Việt Nam một ngày mới!

(Việt Nam, 2019)

@ **Vớt Bình Minh Trong Đêm** gồm 10 bài thơ 5 chữ: Chảo Lửa Trụng Cơ Đồ, Nước Nam Dân Hán Ở, Bóng Ma Và Tàu Lạ, Lục Dục Mùi Nhân Gian, Vớt Một Đời Lêu Bêu, Ngẩn Ngơ Đời Bạc Mệnh, Biển - Thủy Mộ Trắng Phau, Dìm Bao Nỗi Oan Sâu, Sóng Dậy Từ Nhân Dân, Hãy Đem Rải Mặt Trời.

HÒA BÌNH HÒA BÌNH ĐƯỜNG XA LĂNG LẮC

Khi nằm xuống và khi nằm xuống đó
Sao vàng hoe cùng sọc đỏ quanh mình ^(*)
Tay vuốt mắt một tay vòng lưng cỏ
Có vui gì nhúm nhỏ chút hiển vinh!

Hòa bình Hòa bình đường xa lăng lắc
Lá tre vàng queo quắt ngó dung nhan
Loài cây mọn thở nghe buồn hiu hắt
Xót thương kia vong bản vỗ chân cười.

Đất bừng đỏ xoáy tròn như vỏ ốc
Bầy quạ đen bay đặc quánh vòm trời
Dân Việt khóc cho nỗi buồn lớn mãi
Lúa không cười cho lịch sử không vơi.

Quê hương chảy đơm mầm đau thành quả
Đồng cỏ khô và đất nước cấu đôi
Khốn cùng ấy đà cào sâu lòng đất
Dưới xa nghe sóng dạt nóc luân hồi.

Khi nằm xuống và khi nằm xuống đó
Dăm bạn bè vỗ cánh lạ ăn đêm
Tay vuốt mắt một tay vòng lưng cỏ
Ván trên kia lần khép lại êm đềm.

(1964)

(*) Cờ đỏ sao vàng và Cờ vàng 3 sọc đỏ.

CON VẬT
CÓ HAI CHÂN

Đêm nay giữa chiến khu
Ai cười như rót máu
Nhỏ xuống quan tài tôi
Lăn trong cùng kẽ ván
Nhỏ trong cùng đêm đen
Lăn trong cùng nỗi chết
Nhỏ trong cùng thân tôi.

Bầy người bầy người nữa
Da vàng hơn buổi chiều
Những buổi chiều Việt Nam
Qua những con đường chết.

Người chết người chết nữa
Những cái đầu ai kia
Cùng những cánh tay rời
Những cái mình ai kia
Lửa thơm mùi thịt mới.

Con vật có hai chân
Tôi cười sao như khóc
Con vật có hai chân
Tôi khóc sao như cười.

Cười mà rơi nước mắt
Con vật có hai chân
Khóc mà ngỡ như cười
Con vật có hai chân.

Trời không còn phương đậu
Đất không còn quê hương!

(Mậu Thân - 1968)

MỘT NI CÔ
TỰ THIÊU
Ở KHÁNH HÒA

Ta nhắp chút trà khuya
Tiếng cuốc kêu buồn lạ
A, lửa cháy ngoài kia
Tội cho thời giặc giã
Thiêu lấy mình làm vui.

Lửa cháy lửa lại cháy
Quặt quẹo cả hơi kinh
Chúng sinh ê a lạy
Vọng động phường vô minh.

Tội cho thời giặc giã
Lòng chưa tát mịn lòng
Tiếng cuốc kêu buồn lạ
Trống không và rỗng không!

Lửa cháy lửa lại cháy
Phật không ngự nổi đâu
Chúng sinh ê a lạy
Vọng động phường vô minh.

1963

(*) *Ngày 15 tháng 8 năm 1963, ni cô Diệu Quang 27 tuổi tự thiêu tại quận Ninh Hòa, Khánh Hòa.*

NAM MÔ A DI ĐÀ
VÀ THÁNH THẦN A MEN

Này lưỡi dao bật sẵn
Nằm trong tay thực dân
Này lưỡi dao bật sẵn
Ghìm sau lưng mỗi người.

Những ngày tháng năm đó
Biển đứng trên núi cao
Kêu người chết thức dậy
Hãy quay vào thành phố
Quay vào chính quê hương
Cùng vỗ chân tán thưởng:

Đồng bào đang giết nhau
Trong giấc mơ ảo tưởng
Đồng bào đang giết nhau
Bằng bùa mê ám chướng
Của những tên hoạt đầu
Chìa ra từ đất thánh
Đổ xuống từ bóng đen
Nam mô a di đà
Và thánh thần a men!

Sống, em ngơ ngác sống
Giữa huyệt đời trụi trơ
Chết, em bát ngát mộng
Thân Phật rọi tính không! (*)

Hãy cầm dao bước tới
Lũ mặt sắt bọc nhung
Trên xác thân héo rũ
Xin chia xé tự nhiên
Như chia xé tổ quốc
Như thằng anh thằng em
Giữa hai hàng nến trắng
Sau mỗi lá cờ bay
Cùng lý lẽ mạt máu.

Hãy cầm dao bước tới
Xin chia xé tự nhiên
Như vòng chân đế quốc
Xoay quanh đầu Việt Nam
Ôi niềm hy vọng rã
Lịch sử đen tôi đen!

Nào chém tôi cho đã
Các người ơi các người
Nào giết tôi cho hả
Lịch sử đen tôi đen.

Này đồng bào tôi đó
Các người thật nghĩ gì
Khi cam lòng giết nhau
Để giành phần nô lệ
Để giành phần lưu vong.

Này đồng bào tôi đó
Các người thật nghĩ gì
Một Việt Nam vô phúc
Thăm thẳm những hận thù
Nằm giữa áo chùng tu
Chen nhau vào triệt lộ
Nam mô a di đà
Và thánh thần a men!

Ôi niềm hy vọng rã
Lịch sử đen tôi đen.

(Sàigòn, 1966)

(*) *Nữ sinh* **Quách Thị Trang** *bị trúng đạn trong cuộc biểu tình trước chợ Bến Thành ngày 25 tháng 8 năm 1964. Cô sinh hoạt trong gia đình Phật tử Minh Tâm, pháp danh Diệu Nghiêm.*

NẮNG HẠN

Lên rừng, rừng trơ xương
Xuống sông, sông cạn nước
Nắng tha lửa lên nương
Mây tha sương về núi.

Một con chim cùi cũi
Giữa cơn mơ cháy rừng
Một con thuyền lầm lũi
Lụi hụi giữa đời sông.

Đứng trong trời mênh mông
Tôi nhỏ nhoi chiếc bóng
Thênh thang đôi cánh mộng
Vương trên ngọn hư không.

Ai ngóng bên kia sông
Ai ngóng bên này sông
Một con thuyền mắc cạn
Một nỗi đau bềnh bồng.

(Sàigòn, 1975)

@ **Nắng Hạn** thơ **Phương Tấn**, Nhạc sĩ **Nguyễn Tuấn** phổ nhạc, Ca sĩ **Lâm Dung** trình bày, Nhạc sĩ **Phan Ni Tấn** phổ nhạc và trình bày.

THIÊN AN MÔN

Trước hàng song sắt đỏ
Quỷ đánh rơi mặt trời
Sau hàng song sắt đó
Chờn vờn bóng xương phơi.

Phật cũng vừa treo cổ
Chết cùng Chúa đêm qua!

(1989)

XÁC DẠT, TRÀN BIỂN ĐÔNG

Mênh mang giữa đất trời
Vang vọng từ núi sông
"Nước Nam dân Nam ở" (*)
Hào khí dậy biển Đông.

Lời thần nhân lồng lộng
Núi sừng sững trong lòng
Sông đà dồn dã sóng
Hào khí dậy biển Đông.

Xưa là xác mọi Tàu
Cọc đâm, thuyền mắc cạn
Nay là loài quỷ đỏ
Xác dạt, tràn biển Đông.

(2017)

(*) **Nam quốc sơn hà Nam đế cư** (Sông núi nước Nam vua Nam ở) là câu thơ trong bài thơ **Nam Quốc Sơn Hà** (Sông núi nước Nam) của danh tướng Lý Thường Kiệt.

HẢI MẦY CÂM HAY SAO, TAO HỎI MẦY KHÔNG NÓI?

Hải mầy đang nhảy xổm, đang hít đất đang bò, đang tháo súng ráp súng, nơi quân trường Quang Trung, hay đang vuốt nước mắt, trong một cuộc hành quân, súng quay hoài vào ngực.

Hải mầy câm hay sao, tao hỏi mầy không nói.

Hay mầy đà đào ngũ, vào ra như trò chơi, hên xui như canh bạc, lêu bêu như nước mình.

Hải mầy câm hay sao, tao hỏi mầy không nói.

Hay mầy đang vào chùa, như tao vào xưa kia, hay mầy đã ra chùa, như tao ra xưa kia, tìm hoài không ra Phật.

Hải mầy câm hay sao, tao hỏi mầy không nói, tao hỏi mầy không nói...

(Hawaii, 1969)

ĐẤT TRỜI
& NÚI SÔNG

Đất không lí lắc lí la
Trời không ríu rít ríu ra tỏ tình

Núi sao cứ đứng lặng thinh
Sông sao cứ khóc mỗi mình hỡi sông?

QUẶN LÒNG

Uổng công mẹ bón biển Đông
Phàm phu quậy sóng quặn lòng nước non

Buồn nghe bìm bịp nỉ non
Nhạn kêu thảng thốt đâu còn cố hương!

NƯỚC ƠI!

Cú ca chi khúc thê lương
Héo queo chiếc bóng dặm trường một tôi

Ngóng quê tự chốn xa xôi
Sáo kêu: "Mất, mất, thôi rồi nước ơi!"

NHỚ XƯA

Nhớ xưa giặc hí vang trời
Ồ khi nước xuống xác phơi đầy thuyền

Đao loan giặc rụng. Tương truyền:
Mình trần. Bỏ ngựa. Ném khiên. Chui rừng.

(Cali, 01/01/2018)

@ **Ngóng Xuân** gồm 4 bài lục bát, mỗi bài 4 câu: Đất Trời & Núi Sông, Quận Lòng, Nước Ơi, Nhớ Xưa.

ÉN LẠC

Săm se xuân động bên trời
Chào con én lạc có lời hỏi thăm

Quê nào là quê trong năm
Ăn bong bóng trổ như tằm ăn dâu.

KHỔ LỤY

Trăm con khổ lụy theo người
Có xin chỉ mỗi giọt cười cũng không

Thương xuân tình ngậm nơi lòng
Ơi bom mát tựa cùm gông chập chùng.

CHÀO XUÂN

Trời buồn, đất cũng lặng câm
Chào xuân chào giữa hố hầm thôi sao

Ô kia, xác vắt qua rào
Kìa trang anh kiệt ruột bào chít chiu.

KẾT CỎ

Ôi chao hồn đọng trong cờ
Quẩy sông dội núi ta chờ đợi ta

Ấy cây ngậm lá cho qua
Ấy người kết cỏ bao la là sầu.

DỘI BÓNG

Hé vui, thả mộng cho đời
Sớm xuân chuyển lửa thuận trời rồi sao

Vỗ gươm dội bóng anh hào
Trùng trùng xương dựng rào rào ngựa lên.

THẢ MỘNG

Hé vui, thả mộng cho đời
Sớm xuân biển thẳm non khơi cồn cào

Núi rung. Điệp điệp chiến bào.
Biển gầm. Giặc rã. Sóng trào. Đỏ thân.

MỘNG Ư?

Giũ trăng. Trăng hắt nguyệt tà
Giũ sông. Sông hắt núi sa u tình

Chào xuân, chim chóc lặng thinh
Có con én lạc giật mình. Mộng ư?

(Oklahoma, 1970)

@ **Võ Gươm Dội Bóng Anh Hào** gồm 7 bài lục bát, mỗi bài 4 câu: Én Lạc, Khổ Lụy, Chào Xuân, Ta Chờ Đợi Ta, Dội Bóng, Thả Mộng, Mộng Ư?

NAM MÔ!

Dưng không sông núi chòng chành
Nam mô sầu héo trên cành trầm luân

Én kêu nghe lạnh bóng xuân
Đất trời bì bõm trùng trùng nghiệt oan.

THA HƯƠNG

Đọt tre đã bặt cúc cù...
Sụt sùi bìm bịp khóc thu tiếc người

Sao kia vàng úng nụ cười ^(*)
Nụ kia đỏ rệu thuở người tha hương.

(*) *Cờ đỏ sao vàng.*

BỎ ĐỜI

Cớ chi con ruộng quắt queo
Cái cò leo lắt, lắt leo phận bèo

Thì ra gió bỏ tiếng kêu
Mây kia bỏ nắng quê kia bỏ đời.

CHẾT NON

Én buồn lủi thủi lủi tha
Cớ chi thút thít thút tha bên đường

Lạnh chiều úp bóng mù sương
Núi sông co rúm như dường chết non!

BÓNG NGƯỜI BÓNG THÚ

Chờn vờn bóng ngả bóng nghiêng
Bóng người bóng thú một miền trầm luân

Buông câu, cá ngó dửng dưng
Vớt tình, tình chết e chừng bõ công.

MÚC NẮNG

Cuốc kêu thúi ruột thúi gan
Ủ ê cánh én lạc đàn, cuốc ơi!

Dễ ai múc nắng mà phơi
Cái con nước ấy bời bời canh thâu.

NHẶT BÓNG

Trời chi buồn ngắt buồn ngơ
Phố chi lạ lẫm trơ trơ ruột rà

Ai ngồi nhặt bóng trông ra
Dường nghe vó ngựa xa xa dập dồn.

A MEN!

Thương quê lụm khụm lụm kha
Quắt quay tay chạm chân va lưng đời

Chỏng chơ côi cút bên trời
Chúa xa, xa tít có lời... a men!

(Việt Nam, 2020)

Én Kêu Nghe Lạnh Bóng Xuân *gồm 8 bài lục bát, mỗi bài 4 câu: Nam Mô, Tha Hương, Bỏ Đời, Chết Non, Bóng Người Bóng Thú, Múc Nắng, Nhặt Bóng, A Men.*

MẸ TRÔNG CHA GIỮA CHIẾN TRƯỜNG MẬU THÂN

Ôi chao cờ khởi phân chia
Xương phơi. Cốt chẻ. Ô kìa giặc lên

Nghiêng sông bão thả đôi ghềnh
Ôi con cuốc nổi lênh đênh kêu chiều

Mẹ trông Cha, đứng buồn thiu
Bao nhiêu huyễn mộng bấy nhiêu mộ phần.

(Mậu Thân - 1968)

THƯƠNG CÂY NHỚ CỘI

Còng lưng thay trâu cày qua luống đất
Qua những luống đời ròng rã chiến chinh
Ngưng bắn nghe đâu riêng cho thành thị
Chỉ có thị thành không có đao binh.

Mỗi sáng ra đồng cờ vàng cờ đỏ
Cờ của bên này cờ của bên kia
Đây đạn Trung - Xô đấy bom Mỹ quốc
Kia xác đồng bào nọ xác anh em.

Giụt đất cắm cờ cắm cờ giụt đất
Cờ của hận thù đất của Việt Nam
Bom đạn cho ai vì ai lường lật
Đâu phải người ngoài giết nhau cho cam.

Lúa của nông dân mặt vàng da bủng
Đất của cha ông chân lấm tay bùn
Đạn của Trung - Xô bom của Mỹ quốc
Cờ của hai miền đất của quê chung.

(Đại Lộc, 26/03/1973)

KHOAI LANG
VỎ ĐỎ LÒNG VÀNG

Kính thưa chị cơm bữa no bữa đói
Nhà lêu bêu thuê tháng được tháng không
Xuôi với ngược cũng làm thân tôi mọi
Ngược rồi xuôi vẫn lấy cát lấp sông.

Tuổi thì nhỏ sao lòng nghe đà mỏi
Mắt còn trong sao dạ đã bơ phờ
Chúa thì cao em làm sao mà với
Khổ còn qua, qua mãi ai ngờ.

Kính thưa chị đôi lần em chợt hỏi
Đời có cái chi vui quá là vui
Vui đến khóc dù mình chưa kịp khóc
Thêm chút vui lại một chút ngậm ngùi.

Uổng chi lạ mười mấy năm ăn học
Trả cho thầy hết trọi những văn chương
Đời bày vẽ toàn gì gì lạ quá
E chết đi Chúa ngại mỗi thiên đường.

Kính thưa chị như loài chim bạc phước
Một sớm mai chị gọi chim ơi chim
Như loài hoa tưởng ngủ hoài bên suối
Trong rừng kia được hoàng tử đưa về.

Chị bùi ngùi bảo sao em gầy quá
Ốm tong teo như sậy ở sau nhà
Em muốn khóc những lần nghe chị trách
Ngại con trai ai đi khóc dị ghê!

Kính thưa chị nay đầu đường mai xó chợ
Ít bài thơ dăm cuốn sách theo mình
Còn nghĩa gì đâu một đời lận đận
Còn nghĩa gì đâu mà nhục hay vinh.

Con nhà ruộng hỏi chi tiền với bạc
Cá đặt rò củi chị vớt ngoài mương
Cơm lại ngon em cứ ăn sạch bát
Vét hết nồi sao còn thấy đói meo.

Kính thưa chị, nhà có bé Lan bé Phụng
Có dì Chuyền vui líu xíu như chim
Mỗi sáng dậy em lại mừng trong bụng
Em mừng em được sống nốt một ngày.

Thôi chịu dại như một loài tầm gửi
Xin ở đây ăn bưởi trổ sau vườn
Ngủ trên cây xước mía lùi trong bếp
Buồn cười trâu mà tìm được quê hương.

A, cười trâu mà tìm được quê hương!

(Biên Hòa, 1971)

CON TRÂU CƯỜI, ƯỚT NẮNG ĐỨNG TRÔNG XUÂN

Trâu nhớ cày, đồng trống mênh mang
Ruộng vườn xưa một dãi bom cán
Mẹ nhớ Cha như khoai nhớ sắn
Bao nhiêu năm một dạ sầu mang.

Sẽ qua đi trong từng cay đắng
Từng cây khô từng phố bệnh vàng
Quốc kêu khuya, buồn hơn xé ruột
Mừng dân mình qua hết lầm than.

Những chuyến xe ngược xuôi Nam Bắc
Những miệng cười tình nghĩa Bắc Nam
Những tiếng chim rộn ràng trong mắt
Mặt trời lên Nam Bắc thênh thang.

Lúa sẽ trổ trên đồng khô nẻ
Vườn cây xưa sẽ thấy hoa cười
Rừng núi kia một thời quạnh quẽ
Nhát rìu nhát cuốc sẽ khai hoang.

Rầm rập đi bao người rất trẻ
Đạp bóng đêm, Tổ quốc thơm lừng
Những tiếng chim rộn ràng trong mắt
Con trâu cười, ướt nắng đứng trông xuân!

Chúng ta sẽ về theo nắng mới
Theo nhân dân sáng rợp tình quê
Chúng ta sẽ về theo mưa đợi
Xóm làng vui, thương quá quê ơi!

(Viết theo giấc mơ giữa cơn mưa đạn pháo ồ ạt trút xuống phi trường Biên Hòa năm 1974).

CHÚNG TA ĐẾN
THEO MẶT TRỜI VỪA NỞ

Một hạt nước không làm nên bể cả
Một bàn tay không giữ trọn quê nhà
Biển sẽ động sau hàng hàng hạt nước
Nhà reo vui từ lớp lớp bàn tay.

Chúng ta đến theo mặt trời vừa nở
Một bông hoa chúm chím ở trong lòng
Một cây cầu chụm lại một dòng sông ^(*)
Thơm chút nghĩa thêm chút tình vừa chín.

Chị sẽ đỡ lúc em ngã xuống
Người tiếp người chân sẽ bước theo chân
Trăm mồ hôi đổ ra cuồn cuộn
Nên đất kia là của nhân dân.

Vì đất ta đã đầy nước mắt
Nên dân ta lấy khổ làm vui
Vì nước ta từ Nam tới Bắc
Nên dân ta sẻ ngọt chia bùi.

Chào gò đồi thơm mùi nương rẫy
Chào vùng cao dựng phố làng vui
Vì nước ta từ Nam tới Bắc
Nên dân ta sẻ ngọt chia bùi.

Chúng ta đến cho xanh cây tốt lá
Đường ta đi lót một dạ thủy chung
Ôi đất cát, ôi ruộng vườn ngọt quá
Tình Bắc Nam nghĩa ruột thịt chia cùng.

Ta nghển cổ hát giữa trời lồng lộng
Chút hồn kia kêu ríu rít như chim
Lòng phơ phất thổi trong cùng sự sống
Thổi trong cùng đôi mắt kiếm tìm nhau.

(Viết theo giấc mơ giữa cơn mưa đạn pháo ồ ạt trút xuống phi trường Biên Hòa năm 1974).

(*) *Cầu Hiền Lương sông Bến Hải.*

OAN KHIÊN

1.
Nắng tàn chinh, rụng trong chiều
Oan khiên líu lưỡi buồn thiu đất trời

Chiến bào quẩy xác mà chơi
Kiếm cung ủ dột thây phơi giữa đời.

2.
Tưởng đâu chiến trận vang trời
Thưa không. Sông khóc, lệ thời khô queo

Tưởng đâu. Đâu tưởng trớ trêu
Tang bồng ngơ ngác. Bọt bèo ngác ngơ.

3.
Núi ơi. Tiên đứng thẫn thờ (*)
Biển ơi. Rồng ầm dật dờ bầy con

Nước non, ơi hỡi nước non
Cũng cùng núm ruột trăm con rạc rời.

4.
Anh hào chìm lỉm giữa khơi
Cuốc kêu chi cuốc, đội trời mà đau

Tương tàn. Lấy máu mà lau
Sao vàng đỏ lửa xưa nào lạ chi!

5.
Nhạn giàn giụa, khóc phân ly
Giang sơn mạt lộ từ khi giặc về

Giặc như ma. Giặc tứ bề
Giặc trong rừng rậm cứa lòng quê cha (**).

6.
Lạ đời, thời buổi can qua
Đấu cha tố mẹ mới là trung kiên

Lạ đời, thời buổi đảo điên
Mùa xuân trốn biệt tận miền chân như.

7.
Hỏi ngày. Trời đất ngất ngư
Hỏi đêm. Biển động dường như sóng gầm

Hỏi người. Tưởng hỏi cõi âm
Hỏi mình. Cười ngất. Cười bầm ruột gan!

(1975 - 2022)

(*&**) *Truyền thuyết con Rồng cháu Tiên của dòng giống Việt.*

TÚY NGỌA SA TRƯỜNG QUÂN MẠC TIẾU (*)

Từ tâm thu lại di truyền
Chân con giải phóng bóng thuyền vong lưu

Hồn xô tay phất oan cừu
Tiền thân tự đó thu mình quạnh hiu

Ý lao lung, ý tiêu điều
Ý trong lưng ngựa dập dìu thổi lên

Mạng buồn một kiếm lênh đênh
Một gươm vóc nọ trôi lên chiến trường

Đạn chim chip, vỗ hoàng lương
Thây lăn lóc, vỗ thiên đường hò reo.

(Việt Nam, 1963)

(*) Câu thơ trong bài thơ **Lương Châu Từ** của **Vương Hàn**.
(**) Hoàng lương (kê vàng): *Tất cả là huyễn mộng.*

PHƯƠNG TẤN
BẠN VĂN, BÁO CHÍ VÀ DƯ LUẬN

THỊ NGẠN - *Tranh* **Khánh Trường**.

TUYỂN TẬP 1 - VỚI SÁU MƯƠI HAI NĂM THƠ PHƯƠNG TẤN

* Nhà văn **Đỗ Trường**
(*Trích tạp chí Ngôn Ngữ số 20 tháng 7 năm 2022*)

Tôi thật vui và cảm động, ngày 15/5/2022 này nhận được bản thảo Tuyển tập 1 của nhà thơ Phương Tấn gửi tặng. Một tuyển tập quan trọng bậc nhất trong sự nghiệp sáu mươi hai năm sáng tạo của Phương Tấn. Dù Tuyển tập được rút, chọn ở những thi tập đã xuất bản từ đầu thập niên sáu mươi cho đến nay, nhưng khi đọc kỹ ta thấy, dường như có sự sắp xếp chương mục, chủ đề rõ ràng. Do vậy, nội dung bố cục khá chặt chẽ, mạch lạc với những: Tình yêu đôi lứa, tình yêu gia đình, và bạn bè, quê hương, đất nước, cùng thơ thế sự xã hội xuyên suốt Tuyển tập 1 này.

Tôi yêu mến và tìm đọc Phương Tấn rải rác ở đâu đó đã khá lâu. Tuy nhiên, nhận Tuyển tập này, tôi mới được thực sự đọc ông một cách có hệ thống. Sự tiếp cận có hệ thống ấy cho tôi nắm bắt được hồn vía tư tưởng, thủ pháp nghệ thuật cũng như diễn biến tâm lý Phương Tấn qua những biến động của đất nước, con người.

Nhà thơ Phương Tấn tên đầy đủ là Nguyễn Tấn Phương, sinh năm 1946 tại Đà Nẵng. Năm 1960, tức 14 tuổi, ông đã bắt đầu làm thơ và viết văn. Thơ văn ông đã được đăng tải, phổ biến hầu hết trên các báo chí ở miền Nam trước 1975. Ngoài ra, ông còn làm báo, cũng như nghiên cứu và đưa võ thuật Việt Nam đến với các đấu trường quốc tế. Hiện nhà thơ Phương Tấn đang sống và viết tại Cali - Hoa Kỳ.

* Ấy tim anh hé, riêng em khẽ vào.

Vâng, và tôi xin mượn câu thơ *"Ấy tim anh hé, riêng em khẽ vào"* này của Phương Tấn, để làm tiêu đề cho phần viết về tình yêu cùng nỗi buồn thi nhân. Có thể nói, tình yêu và cái thuở ban đầu ấy, không chỉ chiếm vị trí số một ở Tuyển tập này, mà còn quan trọng nhất trong đời thơ Phương Tấn. Và cũng chính nó làm nên tên tuổi, hồn thơ ông.

Tôi không rõ, tình yêu đầu của Phương Tấn diễn ra như thế nào, nhưng đọc câu thơ viết cho cô gái tên Phương, năm ông 16 tuổi, cảm thấy rạo rực lắm: *"Guốc ai khuất mà hồn ai còn gõ"*. Với tôi, có lẽ đây là một trong những câu thơ tình với phép tương phản hay nhất ở Tuyển tập 1 của Phương Tấn. Và tiếng gõ của mối tình đầu ấy, chẳng biết có làm lạc hồn lạc vía cậu học trò Nguyễn Tấn Phương hay không? Nhưng xem chừng thi sĩ Phương Tấn lung linh và tự tin lắm: *"Im nghe bàn ghế thầm thì/ Nghe trong sách vở li ti là tình/ Phấn cười bảng cũng lung linh/ Mực vui chữ cũng chia tình cho em"* (Lung linh tình đầu). Từ cái lung linh, sự tự tin đó, thi sĩ Phương Tấn đủ can đảm hé mở trái tim mình. Song dường như, cô bé lọ lem ấy có một chút ngập ngừng chăng...

Và như một tiếng gọi, dụ mời, Phương Tấn muốn em bước vào nơi cửa mở trái tim, với không gian đầy lãng mạn: *"Này này cô bé lọ lem/ Ấy tim anh hé riêng em khẽ vào/ Mình căng lều ở trong sao/ Vui nghe tình thở rạt rào hơi trăng"* (Lọ lem). Có lẽ, trái tim thi nhân vẫn chưa đủ rộng, hay cô nữ sinh chưa đủ can đảm bước đến tận cùng. Do vậy, thơ tình Phương Tấn vẫn buộc phải kẹp vào trang sách. Và *Thư Xanh* là một bài thơ hồn nhiên, trong trẻo, với hình ảnh ẩn dụ, lời thơ rất đẹp được viết trong cái không gian, tâm trạng ấy của cậu học trò Phương Tấn: *"Một vườn chim hót trong thơ/ Líu lo líu lít thơm tờ thư xanh/ Một tà nắng khép bên cành/ Khép trong vạt chữ xanh xanh là tình"*. Ở cái tuổi học trò như vậy, có lẽ không ai yêu đến điên cuồng, mãnh liệt, và dám viết câu thơ táo bạo như Phương Tấn. Có thể nói, đây cũng là nét đặc trưng thơ tình ở giai đoạn này của ông. Đọc nó chỉ một lần, cứ làm tôi nghĩ đến ngày còn cắp sách đến trường, và ám ảnh mãi không thôi: *"Anh quỳ lót lụa dưới chân/ Lụa thơm đầy gió cho thân là là/ Là là cánh én bay ra/ Én tha đầy mộng ngậm tà áo xuân."* (Nàng tiên).

Thuở còn đến trường, dường như Phương Tấn chủ yếu đã gửi hồn mình vào thơ lục bát. Một thể thơ dễ làm, và thật khó hay, song ông đã chinh phục được người đọc không chỉ nơi học đường. Vâng, ngoài sự tìm tòi, học hỏi, âu đó cũng là tài năng thiên bẩm của người cầm bút vậy. Và *Nai vàng, Tan trường, Bông hồng, Trên đường, Lẽo đẽo, Vẫn đợi...* là những bài lục bát 4 câu chắt lọc, với từ ngữ mộc mạc, song giàu hình ảnh cùng các biện pháp tu từ nhân hóa, ẩn dụ ở trong Tuyển tập 1 chứng minh cho tài năng ấy của Phương Tấn: *"E chừng trong guốc đầy hương/ Sao nghe chim chóc bên đường xuýt xoa."* (Nai vàng).

Rồi người con gái tên Phương đã khe khẽ bước được vào trái tim hé mở của cậu học trò Nguyễn Tấn Phương. Và từ cái rạo rực và cảm hứng ấy, thi sĩ Phương Tấn viết nên: *Ở Huế nhớ Phương, Ngồi giữa ruộng ngắm trăng nhắp trà nhớ Phương, Cười nghiêng* ngửa bóng, hay Phương ơi, những ngày trốn học... Đó là những bài bát ngôn, hoặc ông trộn lẫn các thể loại thơ vào nhau, theo cảm xúc vơi đầy của mình. Có thế nói, đây là những bài thơ mãnh liệt, thiết tha, chân thực và cảm động nhất của Phương Tấn: *"Phương nghe đó trời thu lên lành lạnh/ Lòng cũng vàng theo lá ở trong cây/ Vui cũng bay theo gió ở trong ngày/ Một chút lệ thêm chút buồn vừa chín."* (Ở Huế nhớ Phương).

Có lẽ, trái tim trở nên chật chội chăng? Nên sự rạn vỡ, chia ly buộc Phương Tấn phải ôm sầu muộn, để viết: *Quẩy tình, Tình cay, Bến khuya* hay *Tình sầu*... Và trở về với lục bát, nỗi buồn thương ấy, dù có ngàn năm cũng không tát cạn trong lòng thi nhân. Vẫn biện pháp tu từ, với những hình ảnh ẩn dụ, Phương Tấn như rắc muối vào lòng người đọc: *"Sầu tình, dẫu lấy gàu sòng/ Tát thiên thu vẫn không mong cạn sầu/ Bóng câu khoe trúc bạc đầu/ Khoe mai tàn cánh khoe màu thời gian"* (Tình sầu).

Chia ly, với nỗi đau là thế, song sự hoài vọng vẫn còn ăm ắp trong lòng thi nhân. Sự ngóng trông, và chờ đợi dài đẳng đẵng ấy, tưởng chừng: *"... như pho tượng bên triền núi"*. Nhưng không! Tình yêu dường như có lý lẽ riêng. Thật vậy, sức sống tình yêu, (hay một sức mạnh vô hình nào đó) không thể cân đong đo đếm. Cho nên, Phương Tấn vẫn thấy: *"Ô hay, mình cứ tuổi hai mươi"*. Và *Chờ đến thiên thu một bóng người* là một bài thơ thất ngôn, viết trong tâm trạng như vậy của Phương Tấn. Khi viết bài thơ này, ông đã bước vào cái tuổi thất thập. Nếu được phép tuyển chọn, với tôi đây là một bài thơ hay, và toàn bích nhất trong Tuyển tập 1 của Phương Tấn. Vâng, chỉ một trích đoạn ăm ắp hình tượng, mang mang hồn cổ thi sau đây, sẽ cho ta thấy rõ điều đó: *"Sóng xô thuyền mắc bờ nước lạ/ Mình, kẻ lạc loài giữa gió đông./ Và như pho tượng bên triền núi/ Chờ đến thiên thu một bóng người"*.

* Ván khua lách cách hồn khe khẽ về.

Cũng như thi sĩ Nguyễn Nho Sa Mạc, thơ Phương Tấn đã chín trước tuổi. Ở tuổi 14 ông đã viết những câu thơ già dặn, cô đơn, bi thảm trong thành phố chết, hay và rợn đến kinh người: *"Đêm lên phố vào sa mạc/ Tìm đâu rộn rã kinh kỳ/ Lầu dinh mà như cồn cát/ Thênh thang một nẻo sầu bi."* (Đà Nẵng, trời ni đất nớ). Và với những hình ảnh mang tính ẩn dụ sâu sắc, tôi cứ ngỡ Phương Tấn đã ở cái tuổi 41 vậy: *"Đà Nẵng mình buồn em hỉ/ Hôm nào em ghé vô chơi/ Mùa ni có bông chung thủy/ Nở nơi khóe mắt thay lời."* (Đà Nẵng, trời ni đất nớ). Với Tuyển tập

1 này, tình bạn trong thơ Phương Tấn rất đậm sâu. Tuy nhiên, những bài thơ hay về bạn bè, anh em lại nằm trong phần thơ Cát Bụi, với những cuộc chia ly vĩnh cửu. Đó cũng là nỗi buồn trong lòng thi nhân và trong thơ vậy. Sự ra đi bất ngờ của nhà thơ tài hoa Nguyễn Nho Sa Mạc ở cái tuổi đôi mươi làm cho Phương Tấn xúc động mạnh. Hình ảnh bạn luôn hiện về trong nỗi nhớ thương, tiếc nuối của Phương Tấn. *Ván khua lách cách hồn khe khẽ về*, một bài thơ lục bát được ra đời trong cái chập chờn ấy của ông. Từ ngữ, hình ảnh lạnh sắc làm cho tôi chờn chờn, rợn rợn, khi đọc. Đọc nó, chợt làm tôi nhớ đến: *Gửi người dưới mộ* của Đinh Hùng. Có thể nói, cùng với Lật trang kinh, tụng chữ tình, Bên đời hiu quạnh, và Buồn như trăng nhớ ai… *Ván khua lách cách hồn khe khẽ về* là bài thơ hay, điển hình nhất trong Tuyển tập 1 của Phương Tấn: "Khuya xa xác đổ về trời/ Phố cao sầu cũng nghe dời vóc hoa/ Tay lùa con nước xót xa/ Chân lùa bóng vỡ phôi pha thiên tài/ Từ anh bỏ lại tuổi mai/ Cát vàng thả gió chia hai bạn bè/ Bừng bừng xô dạt lòng khe/ Ván khua lách cách hồn khe khẽ về".

Khi đi sâu vào đọc, ta thấy Phương Tấn rất dụng công với thơ lục bát. Không chỉ tìm tòi làm mới từ ngữ, hình ảnh, ông còn sử dụng thủ pháp ngắt nhịp, xuống dòng trong câu thơ, nhằm diễn tả cảm xúc, diễn biến nội tâm sâu sắc và chân thực nhất. Và *Ngày hẹn nhau ngày vĩnh biệt* là bài thơ tiêu biểu nhất cho hình thức nghệ thuật này trong Tuyển tập 1 của Phương Tấn:

"Thôi rồi
    bỏ tuổi
        hai mươi

Dưng nghe
    huyệt lạnh
        nỗi cười
            lạnh căm

    Thôi rồi
        tận cõi
            xa xăm

    Thương hồn
        nhớ phách
            biệt tăm
                vô thường!"

Cơn mưa chiều úa rã là bài thơ ngũ ngôn, được Phương Tấn viết năm 1972 ngay tại bến xe Biên Hòa. Tuy không nằm trong số những bài hay nhất của

Tuyển tập 1, nhưng đọc nó, tôi thấy được nỗi buồn đau, cùng sự quạnh hiu đến tột cùng của thi nhân. Và mượn cảnh vật thiên nhiên một cách mộc mạc, dung dị để miêu tả diễn biến nội tâm đã đạt đến đỉnh cao nghệ thuật của Phương Tấn. Buồn là vậy, song cái ngôn ngữ giàu nhạc tính làm nên nét đặc trưng thơ Phương Tấn: "*... Từng giọt từng giọt buồn/ Nhỏ xuống lòng nhân gian/ Lăn trong đời hiu quạnh/ Nhỏ xuống lòng nhân gian/ Cơn mưa chiều úa rã.*"

Nếu lục bát Phương Tấn đậm chất trữ tình, thì thơ ngũ ngôn của ông mang tính triết lý cuộc sống. *Chợt thấy đời đã cạn*, Phương Tấn viết năm 21 tuổi, là bài thơ ngũ ngôn điển hình cho đặc điểm này của ông. Có thể nói, đạo đức, hay chân lý đã được nhà thơ rút tỉa ra từ những cạm bẫy của cuộc đời vậy: "*... Đừng soi vào mắt ta/ Chiếc lồng không bóng chim/ Treo một đời để nhử/ Chết ngọt những đường kim./ Đừng soi vào mắt ta/ Cánh hồng đen lã chã/ Nhạt nhòa giữa lòng ta/ Cơn mưa chiều rệu rã./ Nào, dốc ngược tim mình/ Ngã chúi vào dĩ vãng/ Ta dốc ngược tim mình/ Chợt thấy đời đã cạn.*"

* Mẹ, quê hương và đất nước.

Sinh ra và lớn lên trong chiến tranh, do vậy ngay từ

buổi đầu hồn thơ Phương Tấn đã bi đát và vô vọng. Mười bảy tuổi, Phương Tấn đã viết: *Reo vui giữa huyệt đời*, lời thơ chán chường, lạnh tanh như thể tự kết thúc cuộc đời tuổi trẻ vậy: "... *Tóc đã trắng buồn bã/ Sao chẳng thấy Phật đâu/ Nhào lộn trên thánh giá/ Vẫn chẳng thấy Chúa đâu/ Thôi đêm còn hai tay/ Bức tóc vò lấy đầu/ Và ngày còn hai chân/ Giẫm lên cùng nỗi khổ./ Thôi tôi còn một tôi/ Reo vui giữa huyệt đời...* ". Và đi giữa phố thị mà nhà thơ vẫn cảm thấy cô đơn, không tìm thấy một con người đích thực. Chiến tranh đưa đến sự lưu manh, giả dối đã làm cho ông và thế hệ ông mất hết niềm tin vào xã hội, con người. *Ngày xuống ngày không lên* là một bài thơ ngũ ngôn, mang tâm trạng như vậy của Phương Tấn. Bài thơ được viết tại Saigon năm 1966, có lẽ chiến tranh bước vào giai đoạn mới, khi Quân đội Mỹ và đồng minh tham chiến ở chiến trường miền Nam: "... *Nào bước khỏi đám đông/ Khỏi những khuôn mặt kịch/ Xin bước khỏi đám đông/ Lòng mở lòng nguội ngắt./ Hãy xem tôi đã chết/ Tôi đã chết lâu rồi/... Này da vàng đầy phố/ Vẫn không thấy anh em/ Sao da vàng đầy phố/ Vẫn không thấy mặt người!*".

Từ những nhận thức như vậy, cho nên ta thấy tính chân thực sâu sắc trong thơ Phương Tấn. Ông dám cả gan đánh giá cái sự lầm lạc của người cha và vén bức màn ẩn khuất, buồn đau ngay trong gia đình mình: *"Cha tôi theo cách mạng/ Huyễn mộng giữa đất trời/ Sầu đùn theo năm tháng/ Mẹ đợi bóng ma trơi."* (Đợi bóng). Cái điều tối kỵ này dường như rất ít gặp trong thi ca Việt. Có chăng, tôi mới được đọc ở: *Chuyện hai bố con tôi* của nhà thơ Nguyễn Bắc Sơn mà thôi.

Tôi không rõ, bài thơ *Thưa Mẹ*, Phương Tấn viết (năm 19 tuổi) trong hoàn cảnh nào? Là người lính từ mặt trận, hay sau những ngày lang thang đâu đó mệt mỏi trở về nhà, và viết về mẹ thật cảm động. Có một điều đặc biệt, đoạn kết của bài có những hình ảnh hoán dụ, và cụm từ thật mới lạ. Nó làm câu thơ hay đến độ, tưởng chừng chưa bao giờ được đọc câu thơ về mẹ hay, cảm động, sâu sắc đến vậy: *"Mẹ so đũa gặp lòng reo trong mắt/ Gặp một đời rót xuống chén cơm con"*. Vì vậy, hình bóng người mẹ khốn khó, sống hay thác cũng vì con ấy, Phương Tấn đã mang theo suốt cuộc đời, dù ở quê nhà hay nơi đất khách: *"Mẹ cười bưng bát cơm thiu/ Ầu ơ, móm mém hắt hiu phận bèo/ Mặc lòng trời đất cheo leo/ Ầu ơ, con ẵm bóng theo tạ đời.* (Tạ đời). Không có nỗi đau nào bằng nỗi đau mất mẹ. Phương Tấn cũng vậy. Lời thơ nghẹn ngào như được vắt ra từ tâm khảm với nỗi đau tận cùng trong ngày mẹ mất của ông. Có thể nói, rất nhiều áng văn đã viết về mẹ, song viết được như Phương Tấn rất ít: *"Thế gian chụm giữa cơn đau/ Vỡ ra thành lệ rụng vào mộ sâu/ Khuya đi trăng dọi mối sầu/ Cõi xa vắng vặc một màu quạnh hiu.".*

Chiến tranh và sự bất lực của con người: *"Tay ốm quá làm sao con che hết/ Biển xô nhanh trên cùng suốt dân mình"*. Cho nên, Phương Tấn hiểu hơn ai hết nỗi đau của đất nước, thân phận con người. Sự đồng cảm ấy, để ông viết nên: *Bên kia sông Bến Hải*. Một bài thơ về tình yêu quê hương đất nước rất sinh động, và chân thực qua biện pháp tu từ so sánh: *"Ơi giải phóng - phóng bùa vong bản/ Tiêu máu nhân dân - đỏ phố đỏ cờ/ Chân vô thức bủa quanh đầu cách mạng/ Con gõ hồn thân bỗng úa mênh mang."* Và trước cái dã man, tàn bạo: *"Đừng. Đừng giết con tôi/ Súng bắn thẳng người mẹ/ "Mẹ ơi, con mồ côi..."/ Súng bồi thêm người con"* Phương Tấn chợt nhận ra, tự do là con đường duy nhất quê hương phải đến. Và cái lý tưởng ấy, chỉ có tình yêu cùng lương tri mới làm nên hiện thực. Vâng, lời thơ có giai điệu du ca dưới đây, như một lời dự báo, và giải thoát trong thơ Phương Tấn vậy: *"Việt Nam phơi hồn cốt/ Lồng lộng giữa đêm đen/ Quê hương chỉ có một/ Đường đi đến tự do/ Tuổi trẻ chỉ có một/ Lý tưởng và lương tri/ Quỷ đỏ đeo mặt nạ/ Giết cả mẹ cùng con/ Cướp cả non cùng nước"* (Nước và non). Bài *Túy Ngọa Sa Trường Quân Mạc Tiếu*, được Phương Tấn viết vào năm 1963, khi ông mới 17 tuổi. Nếu không nghiên cứu, đọc sâu về văn học miền Nam ở giai đoạn này, thì tôi không thể tin như vậy. Bởi, cái vốn Hán Nôm và hồn vía cổ phong trong thơ Phương Tấn. Ở đây, không chỉ thấy được đổ nát của chiến tranh, thân phận lưu lạc của con người, mà còn chứng minh thêm tài năng, tính dự báo trong thơ của Phương Tấn, (đã thành hiện thực). Với tôi, đây là một trong những bài thơ hay nhất trong Tuyển tập 1 thơ Phương Tấn: *"Từ tâm thu lại di truyền/ Chân con giải phóng bóng thuyền vong lưu/ Hồn xô tay phất oan cừu/ Tiền thân tự đó thu mình quạnh hiu..."*

* Hồn thơ thế sự xã hội

Biết Phương Tấn đã lâu, nhưng tôi chỉ thường đọc thơ ông trên mạng. Nay, nhận được THƠ PHƯƠNG TẤN - Tuyển tập 1, có đến mấy chục bài thơ hay về thế sự xã hội mang sức sống lâu dài. Tôi rất mừng, không có bài nào dở như ta thường gặp ở dòng thơ thế sự xã hội này...

Phương Tấn đứng hẳn về lẽ phải, về đất nước, thân phận con người để viết. Do vậy, thơ thế sự của ông mang tính nhân đạo sâu sắc, và nhận được sự đồng cảm của người đọc. Ngay từ năm 1966, (tức cách nay gần sáu chục năm) đọc lại bài thơ *Nam mô a di đà* và *Thánh thần a men*, tôi vẫn thấy mới, và còn tính thời sự. Vâng, sự tranh giành, bắn giết nhau giữa đạo hay đời đều mang lại những hậu quả đến nay chúng ta vẫn phải lưu vong gánh chịu. Có thể nói, thơ thế sự Phương Tấn có sức sống như vậy, ngoài tính nhân bản, còn có giá trị dự báo: *"Này đồng bào tôi đó/ Các người thật nghĩ gì/ Khi cam lòng giết nhau/ Để giành phần nô lệ/ Để giành phần lưu vong/ Này đồng bào tôi đó/ Các người thật nghĩ gì/ Một Việt Nam vô phúc/ Thăm thẳm những hận thù/ Nằm giữa áo chùng tu/ Chen nhau vào triệt lộ…"*. Và Phương Tấn đã ghi lại cái tang thương, nỗi đau của đồng bào, đồng loại để từ đó phỉ nhổ vào những kẻ bán mua chiến tranh. Không đao to búa lớn, nhưng lời thơ Phương Tấn đã làm cho người đọc thấy được thực chất của cuộc chiến này: *"Còng lưng thay trâu cày qua luống đất/ Qua những luống đời ròng rã chiến chinh/… Mỗi sáng ra đồng cờ vàng cờ đỏ/ Cờ của bên này cờ của bên kia/ Đây đạn Trung-Xô đấy bom Mỹ quốc/ Kia xác đồng bào nọ xác anh em"* (Thương cây nhớ cội).

Tình yêu nước cho Phương Tấn lòng can đảm vạch

trần bộ mặt bán và cướp nước của cường quyền, cùng giặc phương Bắc dưới mọi hình thức che đậy. Và từ đó ông khơi dậy chí khí, truyền thống chống giặc ngoại xâm của dân tộc: *"Chúng nó bán quê hương/ Chúng nó bán mình rồi/ Làm người dân khi chết/ Không cọng cỏ che thân/ Giặc tràn từ phương Bắc/ Chảo lửa trụng cơ đồ/ Cháy ngàn năm chưa tắt/ Chảo lửa trụng cơ đồ/ Quê hương bầm vết cắt/ Cửa mối sầu khôn nguôi"*. (Chảo lửa trụng cơ đồ).

Với từ ngữ mộc mạc, giản dị, thơ Phương Tấn đến được với mọi tầng lớp người đọc. Do vậy, thơ thế sự của ông có giá trị hiện thực, và lâu dài. *Thiên An Môn* là một trong những bài thơ điển hình nhất cho đặc điểm này của ông. Thật vậy, Phương Tấn đã không ngần ngại chọc thẳng ngòi bút vào thượng tầng của đám quỷ đỏ, và chỉ ra cái giá trị đạo đức, lòng tin đảo lộn tùng phèo trong xã hội vô luân ấy: *"Trước hàng song sắt đỏ/ Quỷ đánh rơi mặt trời/ Sau hàng song sắt đỏ/ Chờn vờn bóng xương phơi/ Phật cũng vừa treo cổ/ Chết cùng Chúa đêm qua!"*.

Có thể nói, 154 bài chọn ra từ 6 tập thơ cho Tuyển tập 1, chưa phải là nhiều của đời thơ Phương Tấn. Song nó đã khẳng định lại một lần nữa về giá trị nội dung cũng như nghệ thuật thơ Phương Tấn. Sự đóng góp này của ông làm phong phú thêm cho văn học nước nhà, và để lại những bài học, kinh nghiệm thật quí cho thế hệ người đọc, người viết như chúng tôi.

Đỗ Trường
(Ribnitz-Damgarten ngày 3/6/2022)

PHƯƠNG TẤN:
THƠ QUÁ MỘT ĐỜI NGƯỜI

* Nhà văn **Nguyễn Ước**
(Trích tác phẩm Cỏ Lá Ven Đường, NXB Ý Thức 2022)

Trong mơ hồ ký ức tôi hình dung dạo ấy; đầu thập niên sáu mươi của thế kỷ trước. Miền đất nước quanh tôi trăng vẫn còn xanh, rừng chưa đỏ lửa, tiếng bom đạn chưa tới độ kinh hoàng để có thể át tiếng gà gáy chim kêu, và lứa tuổi tôi chưa tới hồi chia lìa người một ngả. Tôi cậu bé mới lớn, tuy đôi khi vẫn tay xỏ túi quần soót ka-ki, chân đi guốc mộc, quanh quẩn vùng quê đơn sơ với lũy tre xanh bên bờ sông Bồ mát rượi, nhưng lòng đã chớm se theo sợi tóc mai của thôn nữ làng trên, xóm dưới.

Đang lúc tâm hồn dường như "phơi phới còn nguyên vẹn một làn hương" giữa đất trời có vẻ "bốn phương phẳng lặng" ấy, thơ Phương Tấn bất chợt đến với tôi qua phụ trang một tạp chí do một người bạn lớn tuổi hơn mang từ Huế về. Vào đọc chỉ mới mấy dòng đầu tôi đã bồi hồi nhổm dậy, ngẩn người trên chiếc phản gõ kê bên cửa sổ. Trong thời đại còn âm vang thơ tiền chiến phương Bắc lãng mạn điệu đàng, hoặc đang lan tỏa thơ phương nam thiệt thà mộc mạc, giọng lục bát hay thất ngôn của Phương Tấn nghe sao mới mẻ mà thấm thía, cách điệu mà trầm lắng lạ thường:

Ngây ngô người vẫy tay chào
Đó hồn sầu muộn máu trào ra khe.
(Người Con Gái Giữa Biển, 1961)

hoặc

Ngùn ngụt buồn xua lên mắt xanh
Mộ kia sầu đọng lá chia cành
Kìa trông tóc trắng nghìn đêm trắng
Hoa đã tàn, xuân cũng tàn canh.
(Hoa Đã Tàn, Xuân Cũng Tàn Canh, 1962)

Những bài thơ của Phương Tấn vào các năm đó đã dồi dào chất sáng tạo, đọng lại trong tôi thật sâu và đưa đẩy hồn tôi đi thật xa. Trong mắt nhìn của đông đảo bạn đọc và của nhiều người tuyển chọn thơ cho các tạp chí văn nghệ, Phương Tấn tuy mới xuất hiện nhưng đã có đầy đủ những dấu chỉ của một nhà thơ cách tân và tiên phong. Anh đi đầu một giai đoạn mới của lớp lớp thi nhân đồng trang lứa, đặc biệt các bạn thơ xứ Quảng Thu Bồn. Họ không đưa mắt lên ngắm trời ngoại cảnh mà nhìn thật sâu vào nội tâm mình để bắt gặp ở đó tình yêu, thân phận của chính mình trên quê hương điêu linh, mạng người mong manh và lòng người phân rẽ. Thơ văn của họ vẽ phác được chân dung và nói lên được tâm tư của cả một thế hệ, trong đó có tôi, dù tôi sau anh chỉ một tuổi.

Nụ tài hoa và quả cuộc đời của Phương Tấn kết tinh từ rất sớm. Chưa qua tuổi thiếu niên, anh đã có những bài thơ "chín mọng", đăng trên các tờ báo lớn ở Sàigòn, như một cơ duyên đưa anh tới với người yêu thơ khắp Miền Nam (khi tôi còn lẹp kẹp hai chiếc guốc gỗ sầu đông!). Anh là con chim đầu đàn, với Tường Linh, từ vườn thơ xứ Quảng, cùng nhau cất tiếng kêu thắm thiết, đau đáu, độc lạ giữa đời, vang vọng khắp trường thơ đất nước; đôi khi tưởng chừng như chung một cung giọng nhưng nếu lắng nghe thật gần, sẽ nhận ra đường nét tinh tế riêng biệt của từng nhà thơ.

Làm sao một người mới mười bốn tuổi, non trẻ dường ấy, đã viết ra những dòng thơ "nghe ra ý vị và say mê" đến thế? Có thể xếp Phương Tấn đứng chung cụm tuổi đời sáng tạo với Cung Tiến, Nguyễn Bính, v.v... Họ sống và viết từ lúc nào, chẳng ai thật sự biết, chẳng ai thật sự hay, và chẳng ai cắt nghĩa nổi. Họ là thi sĩ nhạc sĩ họa hiếm. Họ là những con chim rất non nhưng sớm và rất sớm đã *"đến từ núi lạ ngửa cổ hót chơi"*. Theo cách không giống người cõi phàm, họ gặp gỡ trần gian với giác quan khác, tâm hồn khác. Bằng một cách không bình thường, nếu chưa muốn nói là phi thường, họ bén nhạy tiếp nhận những đam mê, tục lụy, tân khổ của cuộc đời thường. Lẹ làng hơn, thấm thía hơn, rung động hơn, thế giới đầy truân chuyên và nặng nghĩa tình này chuyển thật nhanh, thật mơ màng từ con tim rất dễ thổn thức của họ đến bàn tay tài hoa vẩy nhanh ngọn bút với chữ nghĩa, hình ảnh, âm vận mượt mà khác thường.

Cứ thế, họ là loài chim vừa đậu xuống bến đời chưa được bao lâu, đã mê đắm hát ca, trôi nổi giữa dòng sông đời dào dạt sóng. Bản thân có vẻ như chưa tới điểm dậy thì mà họ đã trao tặng đời những bông hoa nở thắm, đẫm hương sắc. Có phải niềm hứng khởi, cây tài và tình của họ đã được ươm từ kiếp nào đó trước để bắt đầu viên thành trong kiếp này? Có phải tâm thức của họ, cái mà nhà Phật gọi là a-lại-da-thức đã pha trộn, cưu mang và hòa quyện với chúng sinh từ muôn kiếp để ẩn tàng, luân hồi và hiển lộ trong cuộc làm người này?

Nếu quả thật như thế, Phương Tấn tự nhiên là người mang thơ trong mình đi suốt đời mình. Và cứ thế, tinh anh của anh trong thơ anh sẽ còn mãi cho đến những đời sau, vì "thác [chỉ] là thể phách". Bởi vậy tôi mới dám nói *"Phương Tấn, thơ quá một đời người"*. Đó cũng là những gì tôi may mắn bắt gặp trong tâm tư của Phương Tấn, sống mãi, thanh xuân rào rạt mãi với những ngóng trông cuộc đời:

*"Và như pho tượng bên triền núi
Chờ đến thiên thu một bóng người
Chờ đến xuân già sông rã nhánh
Ô hay, mình cứ tuổi hai mươi."*
(Chờ Đến Thiên Thu Một Bóng Người, 2017)

Phương Tấn làm thơ suốt một đời. Có cải trang dưới diện mạo nào đi nữa. Có mưu sinh bằng cách nào đi nữa. Có chủ trương hay làm tổng biên tập loại báo nào đi nữa. Có ở yên một chỗ, trầm luân một cõi hay lưu vong tới phương trời nào đi nữa, Phương Tấn chỉ là một người thơ. Có hóa thân làm nữ nhân chốn bụi hồng hay viết thơ tình ở một đất nước xa lạ, làm người điên mơ say hay kẻ tỉnh cơn mộng dữ, Phương Tấn trước sau vẫn chỉ là nhà khắc họa cuộc đời bằng con chữ, hình ảnh, âm điệu để chúng bay lên thành các bài thơ ru lòng mình và để lại cho đời.

Theo chỗ tôi biết, tính đến nay, thơ Phương Tấn có thể lên tới cả ngàn bài. Gia tài thơ anh chất chứa hơn sáu chục năm, trải ra dưới đôi mắt của ít nhất ba bốn thế hệ độc giả. Trên dòng sông thơ mênh mông ấy, ta bắt gặp đủ thứ dấu vết của cả một đời người. Khởi đi từ nỗi đau côi cút tới khao khát yêu đương, từ đổ vỡ nát tan bởi chiến tranh tới điêu đứng vì vận nước đổi đời và lang bạt khắp chốn, những bài thơ khi đời khi đạo của Phương Tấn đạt tới mức không chỉ viết cho riêng anh mà còn viết chung cho cả một thế hệ cùng trang lứa với anh. Thật thế, trong thơ Phương Tấn, tuy có thể thỉnh thoảng lại bắt gặp những hình ảnh, những âm thanh, những lối dùng chữ gây rất nhiều ấn tượng sáng tạo, làm ta như thở hụt đi một nhịp, nhưng người đọc có vô vàn dịp soi rọi bóng mình cùng với những cảm xúc của mỗi đời người trong sáu chục năm qua.

Một con chim cùi cũi
Giữa cơn mơ cháy rừng

*Một con thuyền lầm lũi
Lụi hụi giữa đời sông.*

*Đứng trong trời mênh mông
Tôi nhỏ nhoi chiếc bóng
Thênh thang đôi cánh mộng
Vướng trên ngọn hư không.*

*Ai ngóng bên kia sông
Ai ngóng bên này sông
Một con thuyền mắc cạn
Một nỗi đau bềnh bồng.
(Nắng Hạn, 1975)*

Và cho dẫu tới ngày Phương Tấn:

*Khi nằm xuống và khi nằm xuống đó
Dăm bạn bè vỗ cánh lạ ăn đêm
Tay vuốt mắt một tay vòng lưng cỏ
Ván trên kia lần khép lại êm đềm.
(Hòa Bình Hòa Bình Đường Xa Lăng Lắc, 1964)*

Vì anh vẫn sống tới các kiếp sau với những mộng mơ sôi nổi trong thơ mình:

Này anh em tôi ơi

Hãy đem rải mặt trời
Giữa ruộng vườn nứt nẻ
Hãy đem rải mặt trời
Lên mỗi lòng quạnh quẽ
Tay đã đầy tình thương
Hồn đã căng đầy gió
Hãy đem rải mặt trời
Việt Nam một ngày mới!
(*Hãy Đem Rải Mặt Trời, 2019*)

Như thế, tôi tin rằng Phương Tấn, nhà thơ tiên phong cách tân hơn sáu chục năm trước của xứ Quảng, nơi trùng trùng thi nhân phong vận từ cả trăm năm nay, hôm nay và về sau vẫn tiếp tục làm thơ. Trong anh, thơ đã bắt đầu từ kiếp nào, kết tụ ở kiếp này và kéo dài tới bao nhiêu kiếp nữa, trong viên thành của khổ đau, ân nghĩa và hy vọng của một cuộc làm người. Thơ Phương Tấn là tiếng lòng của một thế hệ đảo điên, bị bào mòn trong chiến chinh, và sau đó, chịu chung phần vô lượng não nề, xót xa, bi phẫn của người dân Việt suốt cả hai đầu đất nước.

Với Phương Tấn, thơ có hành lý là mơ đã đang và sẽ đi quá một đời, khiến đóa hoa lòng của anh tươi nở mãi cho cõi đời này thêm hương vị, thêm thắm đượm nghĩa tình nhân thế. Vì rốt cuộc, có lẽ cuộc đời rồi chỉ còn những vần thơ mang theo những giấc mơ nổi trôi bồng bềnh giữa các đổi thay, ảo hóa vi diệu, từ trong cốt tủy phi hình vô tướng cho tới mang mang vô biên vô tận hư không.

Nguyễn Ước
(Toronto, 7/7/2022)

(*) *Danh mục khoảng năm chục cuốn sách đủ loại đã xuất bản của nhà văn Nguyễn Ước ở:*
https://vi.everybodywiki.comNguy%E1%BB%85n_%C6%AF%E1%BB%9Bc
https://www.chungta.com/nd/nhan-vat-van-hoa/nguyen_uoc.html

PHƯƠNG TẤN, NHÀ THƠ LẠ LẪM VÀ PHIÊU BỒNG

* Nhà thơ, nhà báo **Lê Mai Lĩnh**
  (Phóng bút, trích art2all.net)

Qua hai tập thơ "DI BÚT CỦA MỘT NGƯỜI CON GÁI", "CHẾT SỮNG GIỮA CƠN MƠ" và phần tiểu sử của tác giả, tôi lo lắng, phân vân và bắt đầu biết sợ.

Ông sinh năm 1946, bắt đầu đăng thơ từ năm 14 tuổi, tức là năm 1960.

Đầu tiên là Tuần báo Tuổi Xanh (1960), Bán Nguyệt san Gió Mới (1961) do giáo sư Đinh Từ Thức làm chủ nhiệm và giáo sư Trần Bích Lan (tức nhà thơ Nguyên Sa) làm chủ bút. Số Xuân 1962 được nhà báo kỳ cựu Nguyễn Vỹ đăng chân dung và giới thiệu thơ của ông trên Bán nguyệt san Phổ Thông bên cạnh các cây bút tên tuổi như Thiếu Sơn, Tế Xuyên, Vi Huyền Đắc..." Và kể từ bước khởi đầu đó, tới hôm nay, ông đã cộng tác trên 52 tờ tạp chí khác, chưa kể những trang mạng.

Chỉ có ông, chứ không ai khác, làm nên kỷ lục đó.

Viết cho trên 52 tạp chí đủ loại, chưa kể những trang mạng, trong và hải ngoại.

Ông tên khai sinh Nguyễn Tấn Phương, bút hiệu là Phương Tấn. Ông còn thêm 8 bút hiệu khác là: Hồ Tịch Tịnh, Thích Như Nghi, Người Thành Phố, NTP, Chị Ngọc Ngà, Phương Phương, Hồng Ân, Thái Thị Yến Phương...

*** CHỦ BÚT
    CÁC TẠP CHÍ:**

1/ Sau Lưng Các Người (1963)
2/ Cùng Khổ (1968)
3/ Ngôn Ngữ (1973)
4/ Sổ Tay Võ Thuật (1992 đến 2014)
5/ Ngôi Sao Võ Thuật (1999 đến 2010)

*** TÁC PHẨM VĂN HỌC
    ĐÃ XUẤT BẢN:**

1/ Rừng (in chung, 1963)
2/ Võ (in chung, 1963)
3/ Thơ Tình Của Một Thi Sĩ Việt Nam Trên Đất Mỹ (xuất bản tại Mỹ đầu năm 1970, tái bản tại VN cuối năm 1970, lưu trữ tại thư viện Cornell University

Library, USA.
4/ Khổ Lụy (thơ, 1971)
5/ Trai Việt Gái Mỹ (ký sự 1972)
6/ Hòa Bình Ta Mơ Thấy Em (bút ký 1972, tái bản 1974)
7/ Di Bút Của Một Người Con Gái (thơ, ký bút hiệu Thái Thị Yến Phương, xuất bản 2017, tái bản 2019)
8/ Lục Bát Phương Tấn (2018)

* TÁC PHẨM VÕ THUẬT ĐÃ XUẤT BẢN:

9/ Võ sư, Đại Lực Sĩ Hà Châu - Phá Sơn Hồng Gia Quyền (1992)
10/ 6 Khuôn Mặt Võ Lâm Việt Nam (1992)
11/ Wushu – Võ Thuật Trung Hoa Cổ Điển Và Hiện Đại (cùng với Grand master Nguyễn Lâm, 1994)
12/ Quảng Nam Võ Đạo (một bộ 2 cuốn, 1995)
13/ Thái Cực Võ Đạo (1994)
14/ Antoine Le Conte, Người Mang Theo Quê Hương - Antoine Le Conte, Celui Qui Porte Son Pays Dans Son Coeur (Việt – Pháp 2008)
15/ Những Người Mở Đường Đưa Võ Việt Ra Thế Giới - Pioneers, Who Have Paved The Way For Vietnamese Martial Arts To The World (Việt - Anh

- Pháp 2012 - tái bản 2014)

* **THƠ CÓ MẶT TRONG CÁC TUYỂN TẬP:**

1/ Nhân Chứng. 2/ Thơ Miền Nam Trong Thời Chiến. 3/ Văn Học Miền Nam 1954-1975. 4/ Tác Giả Việt Nam. 5/ Chân Dung Văn Nghệ Sĩ Việt. 6/ Chân Dung Bạn Văn. 7/ Theo Gót Thơ. 8/ Hư Ảo Tôi. 9/ Thơ Việt Đầu Thế Kỷ 21. 10/ 43 Năm Thơ Việt Hải Ngoại. 11/Những Vần Thơ Chạm Lửa. 12/ Về Nhánh Sông Xưa. 13/ Mười Nhà Thơ Việt. 14/ Thơ Những Người Thua Cuộc. 15/ Thơ Người Việt Ở Hải Ngoại. 16/ Tình Nghĩa Mẹ Cha.17/ Nhà Thơ Nhà Văn Việt Giữa Thế Kỷ XX. 18/ Tình Ca Mùa Xuân...

* **PHƯƠNG TẤN, NGƯỜI HIỆN THỰC HÓA HUYỀN THOẠI.**
- **"DI BÚT CỦA MỘT NGƯỜI CON GÁI" LÀ MỘT HUYỀN THOẠI.**

Ông viết:

"Một đêm cuối năm 1966 tôi nằm một mình trên căn gác trọ trống hươ ở con hẻm ngoằn ngoèo đường Da Ba

Bầu, quận 6, Sài Gòn. Mưa và gió rào rào trên mái tôn, lạnh và buồn vô cùng. Giữa đêm hiu hắt đó, bỗng dưng tôi nghe văng vẳng tiếng của thi sĩ Đinh Hùng nói về thơ và cái chết của Thái Thị Yến Phương rồi giọng ngâm của cô Hồ Điệp về thơ Thái Thị Yến Phương trong chương trình Tao Đàn phát ra từ radio nhà ai trong hẻm. Tôi bật dậy chạy vội xuống thang gác, mở cửa nhà trọ làm ông chủ nhà giật mình tỉnh giấc, ngơ ngác...

'Tôi đứng co ro cạnh bờ rào một căn nhà lụp xụp trong hẻm, lắng nghe hết chương trình "tưởng niệm" Thái Thị Yến Phương. Tôi lạnh run. Mình mẩy ướt đẫm nước mưa và cả nước mắt. Ngay đêm đó, tôi lên cơn sốt và bị cảm suốt tuần.

"Di Bút Của Một Người Con Gái" là một tập thơ gồm 16 bài thơ của tôi ký dưới bút hiệu Thái Thị Yến Phương trên các báo Tiểu Thuyết Tuần San, Tinh Hoa và một ít nhật báo, tuần báo, tạp chí ở miền Nam khoảng từ năm 1962 đến năm 1965 trong bối cảnh một đất nước chiến tranh triền miên, quân nước ngoài đổ vào tham chiến, xã hội miền Nam tràn lan lính Mỹ, đồng minh và ổ điếm."

Từ một câu chuyện thực hư không rõ, nhưng ông đã xây dựng lên một Huyền thoại thi sĩ Thái Thị

Yến Phương với tập thơ gồm 16 bài mang tên *"Di Bút Của Một Người Con Gái"* đã làm phát sinh một cuộc "tranh cãi" và "bút chiến" sôi nổi lúc ông mới 14, 15 tuổi thời bấy giờ. Nhiều nhà báo, nhà văn, nhà thơ, bạn đọc như các nhà báo Hàn Tâm, Tèrese Thùy Nhiên, Người Xứ Huế, Minh Phú... các nhà thơ Nguyễn Lệ Tuân, Phổ Đức, nhà văn Nguyễn Thạch Kiên, bạn đọc Cả Đẩn... và nhiều người khác nữa đã tham dự vào cuộc tranh luận hoặc ra tận Đà Nẵng tìm Thái Thị Yến Phương. Đến nỗi, ông phải cho Thái Thị Yến Phương chết ở nhà thương thí Đà Nẵng để mong Thái Thị Yến Phương sớm được khép lại cả thơ và người. Một số tờ báo, trong đó có nhà thơ Đinh Hùng phụ trách chương trình Tao Đàn trên Đài phát thanh Sài Gòn đã làm một chương trình thương tiếc "một tài hoa bạc phận" Thái Thị Yến Phương.

Nhà thơ Dung Thị Vân đã viết về *"Di Bút Của Một Người Con Gái"* trong lần tái bản 2019: *"Xâu chuỗi những mảnh đời bất hạnh cùng cực trong tình yêu, trong đời sống của chị em làm điếm, viết nên một số bài thơ trong tâm trạng khổ đau của họ dưới bút hiệu Thái Thị Yến Phương - như vậy, nhân vật trong thơ của tác giả là một-người-của-nhiều-người, một-trái-tim-của-nhiều-trái-tim có thật trong cuộc đời tác giả. Anh đã* thấu hiểu và thương yêu sâu sắc để rồi hóa mình vào nhân vật đến nỗi quên đi với chính cái tên Phương Tấn của mình. Nếu như không được nhắc lại hôm nay thì trên bốn mươi năm qua, thậm chí một trăm năm nữa đã chắc gì có ai đã biết Thái Thị Yến Phương là nhà thơ Phương Tấn. Mà chỉ biết cái tên Thái Thị Yến Phương là một cô gái tài hoa bạc phận đã để lại cho đời, cho người những bài thơ đặc sắc và đẫm lệ. Thế mới biết tâm hồn người thơ nó nhân hậu biết chừng nào. Nó đau thương đến mức độ nào mà tác giả đã viết được những bài thơ ai oán, sầu muộn và hay như thế."

"Dâng Hiến" được ông làm năm 14 tuổi (1960) đăng trên Tiểu Thuyết Tuần San năm 1961 là bài thơ gây tranh cãi nhiều nhất. Vì lẽ, đây là bài thơ tiêu biểu nhất cho tập thơ *"Di Bút Của Một Người Con Gái"*:

DÂNG HIẾN

Bầy ác điểu xua vào hồn cào cấu
Mủ bóng đầy trên da thịt người ơi
Năm tháng còn chi
           năm tháng rã rời
Từng sớm từng khuya
           chong đèn nằm khóc.

Vòng tay nào ôm choàng tầm vóc
Vòng tay nào bồng xốc mình ta?
Âm điệu thủy chung
            hẳn chém mặn mà
Những khuôn mặt ngu đần
                  trùm lên thiên hạ.

Những khuôn mặt ngu đần
                  trùm lên man dã
Sầu muộn vây đầy níu kéo tương lai
Buồn mãi buồn chi,
              khóc hủy khóc hoài
Tuổi con gái cho người làm lộ phí.

Hồn tăm tối hồn trương ủy mị
Máu chưa đi máu đọng đầy khe
Nến đỏ nến xanh,
           hồn xác lập lòe
Ta chết ngất trong vòng tay ngạ quỷ.

Tuổi con gái cho người làm lộ phí
Ta trở về đeo tủi hổ sau lưng
Ta trở về nghe mộng mị bừng bừng
Rồi nằm xuống và ngửa mình dâng hiến.

Một bài thơ khác, cũng trong tập *"Di Bút Của Một*

Người Con Gái":

MẸ VÀ CON

Đôi vú mẹ khô sữa
Bú đi bú đi con
Sầu xỏa đầy thêm nữa
Nín đi nín đi con.

Con người thì chúi xuống
Tuổi tác thì chồm lên
Bây giờ là tháng mấy
Bây giờ là mùa chi?

Cơm ghế khoai ghế sắn
Uống nước lã cầm hơi
Mẹ nhìn con ruột quặn
Khóc biết mấy cho vừa.

Từng đêm từng đêm trắng
Thân xác mẹ phơi ra
Cho bầy người khom xuống
Sâu hoắm cõi ta bà.

Những hình hài quái đản
Những bóng đen nhô lên

"Cha con đó con ạ"
Đời buồn tênh buồn thêm.

Từng người từng người đến
Từng người từng người đi
Tay ôm hoài mõm đá
Mẹ còn chi còn gì?

Nhỡ một mai con lớn
Mẹ biết nói làm sao
"Cha con đâu hở Mẹ?"
Ơi buồn sâu buồn cao!

Cùng khởi nghiệp văn chương với ông từ những năm đầu thập niên 60, nhưng tôi chưa bao giờ được chiêm ngưỡng nhan sắc của thi sĩ. Những hình của ông, chân dung của thi sĩ thì tôi thấy, nhìn thấy và biết mà thương ông.

Tôi chưa thấy hình nào mà ông có nụ cười hay dáng vẻ thanh thản. Ông thường gởi ánh nhìn khắc khoải vào một cõi xa xăm, chân trời, góc biển hay một nơi xa xăm, về quê nhà, cố quận.

Ông uống cà phê ở Florida cũng một mình nhìn vào cõi mù xa. Ông làm sinh nhật cho chính mình ở Atlanta cũng một mình, đôi mắt xa xăm ngó về khoảng không trước mặt.

Ngay cả bức hình ông ngồi chơi ở phi trường nước Pháp cũng một mình. Tại Tân Sơn Nhất, khi đẩy chiếc xe hành lý cũng một mình đăm chiêu, đến những ảnh đùa vui cùng chim bồ câu ở Ý, ngồi xích lô ở Paris, bán báo dạo ở Tiệp Khắc, lái xe cổ ở Đức, dạo chơi trên đường phố Morocco cũng cô độc, lạ lẫm...

Do vậy, trong biển trời thi ca của ông (biển trời thi ca, là tôi nói theo ngôn ngữ nhà văn Mai Thảo), ông có nhiều thơ về nhiều đề tài khác nhau, nhưng nhiều nhất, vẫn là "nỗi trăn trở nước non".

Những bài thơ mở đầu cho tập thơ *"CHẾT SỮNG GIỮA CƠN MƠ"* cũng là những bài thơ "nặng tình sông núi", những bài thơ đủ làm ông và cả chúng ta "chết sững" trước nỗi đau quê nhà:

**ĐẤT TRỜI
VÀ NÚI SÔNG**

*Đất không lí lắc lí la
Trời không ríu rít ríu ra tỏ tình*

Núi sao cứ đứng lặng thinh
Sông sao cứ khóc một mình hỡi sông?

QUẶN LÒNG

Uổng công mẹ bón biển Đông
Phàm phu quậy sóng quặn lòng nước non

Buồn nghe bìm bịp nỉ non
Nhạn kêu thảng thốt đâu còn cố hương!

NƯỚC ƠI!

Cú ca chi khúc thê lương
Héo queo chiếc bóng dặm trường một tôi

Ngóng quê từ chốn xa xôi
Sáo kêu: "Mắt, mắt, thôi rồi nước ơi!"

NHỚ XƯA

Nhớ xưa giặc hí vang trời
Ồ khi nước xuống xác phơi đầy thuyền

Đao loan. Giặc rụng. Tương truyền:
Mình Trần. Bỏ ngựa. Ném khiên. Chui rừng.

**CHẢO LỬA
TRỤNG CƠ ĐỒ**

*Chúng nó bán quê hương
Chúng nó bán mình rồi
Làm người dân khi chết
Không cọng cỏ che thân.*

*Giặc tràn từ phương Bắc
Chảo lửa trụng cơ đồ
Cháy ngàn năm chưa tắt
Chảo lửa trụng cơ đồ
Quê hương bầm vết cắt
Cứa mối sầu khôn nguôi.*

**NƯỚC NAM
DÂN HÁN Ở**

*Thôi ngày đà khép mắt
E không mở bao giờ
Đêm trường mình ve vẩy
Đêm, ôi đêm ôi đêm!*

*Đêm của loài quỷ đỏ
Chấm máu ăn thịt người
Nhai gan mừng tuổi thọ*

Định mệnh đêm sát nhân
Nước Nam dân Hán ở.

Đêm, ôi đêm ôi đêm
Đêm cười như tiếng nấc
Đắng nghẹn cả biển vàng
Đêm cười như rót đạn
Giết cả một giang san!

BÓNG MA VÀ TÀU LẠ

Ồ, đâu phải bóng ma
Và đâu phải tàu lạ
Là một loài quỷ đỏ
Nuốt biển đảo quê ta!

Chúng ôm bom khiêu vũ
Trên quá khứ cha ông
Mong giết đi lịch sử
Xóa nhòa tổ tông ta!

**LỤC DỤC
MÙI NHÂN GIAN**

Và niềm bí mật ấy
Khắp phố phường chúng ta

Những áo cơm quay quẩy
Trong xác thân mỗi người.
Trên kênh rạch lụp xụp
Dưới gầm cầu tối tăm
Hắt hiu tầng địa ngục
Lục dục mùi nhân gian.

VỚT MỘT ĐỜI LÊU BÊU

Dòng kênh đen lầy lội
Lặng lờ con xóm tối
Em vớt rau dạt bèo
Vớt một đời lêu bêu.

**NGẨN NGƠ
ĐỜI BẠC MỆNH**

Chị bươi trong rác rến
Bươi cùng chuột cùng mèo
Ngẩn ngơ đời bạc mệnh
Quên bẵng một tiếng kêu!

**BIỂN,
THỦY MỘ TRẮNG PHAU**

Oằn lưng đèo cá chết

Biển, thủy mộ trắng phau
Đất miền Trung bạc phếch
Lệt xệt sóng dìu nhau.

Giọt lệ rơi thành muối
Hòa vào giữa biển khơi
Những vòng đời lầm lũi
Quay ngắc ngoải giữa trời!

DÌM BAO
NỖI OAN SÂU

Nhà tù như tóc bạc
Trắng phếu cả mái đầu
Dòng sông như cơn khát
Dìm bao nỗi oan sâu!

SÓNG DẬY
TỪ NHÂN DÂN

Việt Nam Việt Nam ơi
Thánh thần treo cổ chết
Lịch sử bước ra đường
Đương chổng đầu xuống đất
Nhìn quê hương lăn quay
Cùng một loài quỷ đỏ!

Việt Nam Việt Nam ơi
Nào cúi sâu lòng đất
Rồi soi sâu lòng mình
Sóng dậy từ nhân dân
Đâu lẽ nào vô vọng
Và lẽ nào nín thinh?

**HÃY ĐEM
RẢI MẶT TRỜI**

Này anh em tôi ơi
Hãy đem rải mặt trời
Giữa ruộng vườn nứt nẻ
Hãy đem rải mặt trời
Lên mỗi lòng quạnh quẽ
Tay đã đầy tình thương
Hồn đã căng đầy gió
Hãy đem rải mặt trời
Việt Nam một ngày mới!

Tôi mừng tổ tiên tôi
Đã cho tôi lịch sử
Và mừng anh em tôi
Cùng bừng bừng bước tới.
Hãy đem rải mặt trời
Việt Nam một ngày mới!

* BIỂN TRỜI THƠ CỦA PHƯƠNG TẤN

Như tôi đã nói, tôi sợ, tôi biết sợ, khi "đụng" vào biển trời thơ của Phương Tấn. Đụng sơ sơ, không đành. Đụng sâu sâu, đau đầu, mờ mắt. Vào sâu thật sâu, sẽ không thấy đường ra, lạc lối.

Tôi viết bài nầy, rất chừng mực.

Không sơ sơ để ông giận. Không sâu sâu để lạc lối.

Ai đó bảo tôi là Lê Mai Liễu. Không, tôi còn tỉnh để mình còn Lê Mai Lĩnh.

Chiêm ngưỡng đúng chân dung Phương Tấn, tôi thấy mình cần nói thêm những cái lạ không riêng về thơ mà lạ cả về người của ông mà tôi biết:

- Ông là nhà thơ Việt Nam đầu tiên in thơ, phát hành thơ, tổ chức đọc thơ tại Mỹ và tập *"Thơ Tình Của Một Thi Sĩ Việt Nam Trên Đất Mỹ"* của ông được lưu trữ tại "Cornell University Library, USA" năm 1971.

- Ông không là võ sĩ, võ sư nhưng lại là một nhà nghiên cứu võ học nổi tiếng. Làm chủ bút 2 tạp chí võ thuật uy tín phát hành ra cả nước ngoài và được một tổ chức võ thuật nước ngoài và một Cty trong nước mong ký hợp đồng mua lại manchette tạp chí "Sổ Tay Võ Thuật" của ông nhưng ông không đồng ý.

- Được các tổ chức võ thuật các nước thường xuyên mời tham gia các diễn đàn và sự kiện võ thuật thế giới. Đồng thời, là người đầu tiên khởi xướng và tổ chức: "Liên Hoan Quốc Tế Võ Cổ Truyền Việt Nam (The International Festival Of Vietnamese Traditional Martial Arts)" và "Đại Hội Võ Thuật Thế Giới Hồng Bàng (Hong Bang World Martial Arts Festival)" từ năm 2006 tại Việt Nam. Thu hút mỗi kỳ hàng ngàn VĐV và trên 40 quốc gia và vùng lãnh thổ tham gia biểu diễn và tranh tài.

- Trong các sách võ thuật do ông viết, cuốn: *"Những Người Mở Đường Đưa Võ Việt Ra Thế Giới"* của ông là cuốn sách võ đầu tiên và duy nhất của Việt Nam giới thiệu từ nguồn gốc hình thành đến phát triển các môn võ Việt Nam, các võ phái Việt Nam, các võ đường Việt Nam, các tổ chức võ thuật Việt Nam đến các võ sư, võ sĩ Việt Nam và nước ngoài học võ Việt Nam trên thế giới. Cuốn sách được tái bản và dịch Anh - Pháp, phát hành rộng rãi ở các nước. Đóng góp của ông quá lớn cho phong trào Võ thuật trong nước và thế giới suốt bao năm qua.

- Ông từng xách ống kính làm phóng viên chiến trường khi vào quân đội phụ trách Bản Tin cho Khối CTCT/Sư Đoàn 1/KQ và nhiều báo khác trước 1975.

- Ông thu được 1.095.170 đồng (một triệu không trăm chín mươi lăm đồng một trăm bảy chục đồng) trong 2 lần xuất bản và tái bản tập bút ký *"Hòa Bình Ta Mơ Thấy Em"*. Tất cả, ông cùng một số anh em trong phong trào Du Ca và Hướng Đạo đem cứu giúp đồng bào chiến nạn miền Trung, thực hiện nhiều công tác xã hội, cấp học bổng toàn niên Trung Học cho học sinh nghèo hiếu học toàn quốc từ năm 1972 đến 1974.

- Ông là một nhà thơ nhưng "dám" lập phong trào *"Anh em NGƯỜI TRẺ VIỆT NAM – phụng sự Văn hóa & Xã hội"* bắt nguồn từ đất Mỹ trong thời gian du học. Phong trào có đồng phục, có logo, có bản tin riêng, thu hút nhiều bạn trẻ Việt Nam tham gia bên cạnh 2 phong trào Hướng Đạo và Du Ca với hoài bão bán tác phẩm thu tiền lời thực hiện các công tác xã hội và văn hóa Việt Nam.

- Ông và diễn viên, đạo diễn Lê Cung Bắc thành lập phong trào Du Ca Biên Hòa cùng Ban Thoại Kịch

(1971 - 1974). Vở kịch *"Sân Khấu"* của nhà văn, luật sư Dương Kiền được trình diễn và gây tiếng vang lớn tại Biên Hòa.

- Trước khi bước chân vào Đại học (1964), ông đã lên núi Bà Đen (Tây Ninh) xuống tóc, ăn chay, nghiền ngẫm kinh kệ, ngồi thiền và làm thơ với pháp danh Như Nghi.

- Trước 1975, ông từng vào Dưỡng trí viện Biên Hòa sống để thấu hiểu "người điên" và làm thơ điên. *"Bước Ra Từ Nhà Thương Điên Biên Hòa"* là một trong các bài thơ điên rất lạ của ông.

- Sau năm 1975, ông từng vào ra Trại phung Quy Hòa, Quy Nhơn cứu giúp bệnh nhân bị phong cùi. *"Vào Trại Phung Quy Hòa Làm Thơ Gửi Hàn Mạc Tử"* là tên một bài thơ cũng rất lạ, ông đã làm ngay bên mộ họ Hàn.

* KẾT.
ĂN THEO HÀO QUANG CỦA PHƯƠNG TẤN

1/ Bài thơ của Phương Tấn được đăng báo vào năm 1961 trên tạp chí Gió Mới, thì tôi cũng vậy. Bài thơ làm tôi ngon lành với bạn bè Quảng Trị cũng nhờ bài thơ đăng trên tạp chí Gió Mới mà nhà thơ Nguyên Sa làm chủ bút.

2/ "ĐÀ NẴNG - MÁU, NƯỚC MẮT VÀ TÔI" là ký sự của Phương Tấn viết về Đà Nẵng những ngày tháng 3 năm 1975 tao loạn. Bài viết của tôi "ĐÀ LẠT, SAO ĐÀNH BỎ NÓ MÀ ĐI" tôi viết khi về Sài Gòn sau đêm di tản 1/4/1975. Hai bài đều được đăng trên Nhật báo Độc Lập vào đầu tháng 4/1975.

Với Phương Tấn, tôi không biết thế nào về "ĐÀ NẴNG - MÁU, NƯỚC MẮT VÀ TÔI". Nhưng với tôi "ĐÀ LẠT, SAO ĐÀNH BỎ NÓ MÀ ĐI", là như ri:

Ngay khi tôi đưa bài, ông chủ nhiệm đưa cho tôi 3.000 đồng và nói: "Biết anh mới di tản về, tôi trả trước tiền để anh có mà tiêu."

Một tuần sau, khi Nam Vang thất thủ, tôi viết bài "SAU NAM VANG, TỚI BAO GIỜ LÀ SÀI GÒN?" Tôi mang tới tòa soạn đường Võ Tánh, trao cho ông. Ông xem qua và nói: "Tôi vẫn trả tiền cho anh, nhưng tôi không đăng. Hãy để cho binh sĩ chiến đấu. Tôi không muốn làm họ hoang mang, chao đảo." Và ông đưa cho tôi 3.000 đồng. Tính đến lúc nầy, là tôi đã cộng tác, viết bình luận thời sự chính trị cho báo trên 5 năm. Và, chuyện xin việc làm sau nầy mới "Lòng mừng hết biết".

Sau hơn 8 năm đi tù về, một hôm, người anh đồng hương là Nguyễn Cẩm, rũ tôi đi chơi, nơi anh đưa tôi tới là một Công ty bất động sản của ông Châu (tôi quên họ) là chủ nhiệm Nhật báo Độc Lập mà tôi đã cộng tác. Sau nhiều giờ hỏi thăm nhau vui vẻ, thân tình.

Trước khi chúng tôi từ giả ra về, ông gọi thư ký dưới lầu, đem lên hai bì thư. Ông trao cho chúng tôi, người một cái. Khi ra khỏi cổng, ngồi trên xe đạp, mở bì thư ra đếm. Đúng 100.000 đồng, lòng mừng hết biết.

Khoảng hơn một tháng sau, tôi đến với lý do "Xin việc làm". Lần nầy bì thư ông cho tôi, 50.000 đồng. Khoảng hơn một tháng sau, cũng lý do "Xin việc làm", lần nầy bì thư ông trao còn 30.000 đồng.

Vậy là trước sau, ông chủ nhiệm của tôi đã tặng, trao, cho nhà viết bình luận thời sự chính trị - một bình bút của nhật báo Độc Lập – tổng cọng 180.000 đồng.

Lúc nầy, da mặt của tôi không chịu "dày" thêm nên tôi không đi "xin việc" nữa. Tôi kể chuyện "Xin việc làm" của tôi để nhớ về những ngày tháng làm báo viết báo ở miền Nam thật hứng thú, thật đậm đà tình nghĩa giữa những người trong làng báo, nhất là anh em trong cùng một tờ báo.

* "THƠ PHƯƠNG TẤN – tuyển tập 1"

Đang phóng bút về *"PHƯƠNG TẤN, NHÀ THƠ LẠ LẪM VÀ PHIÊU BỒNG"* đến những dòng cuối này, tôi bỗng nhận được tập bản thảo *"THƠ PHƯƠNG TẤN - tuyển tập 1"* ông gửi qua đường bưu điện. Tuyển tập 1 gồm 154 bài thơ làm từ năm 1960 đến 2022. Phương Tấn làm thơ không ngơi nghỉ. Những bài thơ càng về sau càng chắt lọc, lạ lẫm và phiêu bồng. Tác giả viết:

"Thơ không là hình tướng. Thơ chính là tâm hồn, là máu huyết, là cảm xúc, là ngôn ngữ rất thật của chính tôi. Tôi không là nhạc sĩ, tiết tấu và nhịp điệu có trong thơ vì đó là thơ. Tôi không là văn sĩ, mảnh đời và tâm trạng có trong thơ vì đó là thơ. Tôi không là họa sĩ, màu sắc là sắc màu của nội tâm và cuộc sống vì đó là thơ. Tôi không là nhà viết sử, thơ oằn mình đớn đau cùng quê hương điêu linh vì đó là thơ. Đừng hỏi tôi thơ là gì vì đó là thơ. Tôi cảm xúc, thoát hồn và ngôn ngữ thơ tràn ra giấy… vì đó là thơ, THƠ PHƯƠNG TẤN."

Tóm lại với tôi, Phương Tấn là một nhà thơ với những bài thơ thật lạ lẫm nhưng cũng thật phiêu bồng và rất đời như con người Phương Tấn. Ngay năm 1971, GS Tam Ích trong bài "Hoa Gấm và Ngôn Ngữ Dân tộc" trên tạp chí Đời Mới số 43 – Xuân Tân hợi 1971 đã viết:

"… Nhưng muốn nói về nhạc tính lạ, ý và lời tuyệt tác thì tôi cầu nguyện cho các văn - thân - hữu đọc những bài sau này mà tôi đã được đọc trong tạp chí Thời Nay. Đây là ba nhà thơ Nhất Uyên, Phan Trần (Trần Hữu Ngư) và Phương Tấn, thơ thì tuyệt! Nhạc tính: độc đáo! Nhịp thơ: hiếm! Từ, tứ, ý thơ, riêng tôi, lần thứ nhất tôi mừng được thưởng thức thơ. Tôi lẩn thẩn nghĩ: cần gì phải làm trăm nghìn câu thơ, cần gì phải in tới nhiều tập thơ! Một bài thơ! Một sắc diện màu sắc và âm thanh! Tôi cầu nguyện cho có người bắt… chước được từ thơ, tứ thơ, ý thơ, mạch thơ ấy."

Và, nhà báo Vương Hồng Anh cảm nhận về thơ Phương Tấn đã viết: *"Phương Tấn là một thi tài hiếm hoi trong thi ca Việt Nam từ thập niên 1960 đến bây giờ,"* Tôi nghĩ, nhận định này không sai.

Lê Mai Lĩnh
(22/5/2022)

PHƯƠNG TẤN.
MÃI HOÀI VỚI THƠ

* Nhà thơ **Hoàng Xuân Sơn**

Tôi muốn gọi nhà thơ Phương Tấn là một thi sĩ tiên phong, một "lão làng" trên trường thi phú, hơn là chữ "tiền bối" nghe có vẻ kiếm hiệp mặc dù anh là một thi nhân văn võ song toàn đúng nghĩa.

Hơn thế nữa Phương Tấn là một thần đồng thi ca: anh gia nhập làng thơ lúc mới 14 tuổi đầu, hiện diện trên tờ báo *Tuổi Xanh, Gió Mới, Phổ Thông* v.v và sau đó từ 1960 có thơ đăng tải trên nhiều diễn đàn truyền thông báo chí lúc bấy giờ.

Anh sáng tác thơ qua nhiều thể loại khác nhau từ ngũ ngôn, thất ngôn v.v cho chí những loạt thơ mà tôi tạm gọi là tiểu thi, chỉ hai câu hoặc 4 câu (không phải là Haiku kiểu Nhật bản) bàng bạc khắp nơi trong quá trình viết lách, từ thuở đầu đời cho đến ngày hôm nay. Nhưng theo tôi, chỗ sở đắc của Phương Tấn chính những bài lục bát, một dòng thơ chủ yếu làm nên phong cách Phương Tấn. Thử đọc:

NGƯỜI CON GÁI GIỮA BIỂN

Và theo hồn khói bay vào
Vút cao lượn sóng xạc xào hồng hoang

Ôm con nước đỏ mênh mang
Với thân là lượn với đàng chênh vênh

Xô lên, mình vỡ bồng bềnh
Xuống theo mình xuống lênh đênh lửa rừng

Thân con gái cháy bừng bừng
Trông tôi rời rã người mừng lắm sao!

Ngây ngô người vẫy tay chào
Đó hồn sầu muộn máu trào ra khe.

(1961)

VÁN KHUA LÁCH CÁCH
HỒN KHE KHẼ VỀ

Khuya xa xác đổ về trời
Phố cao sầu cũng nghe dời vóc hoa

Tay lùa con nước xót xa

Chân lùa bóng vỡ phôi pha thiên tài

Từ anh bỏ lại tuổi mai
Cát vàng thả gió chia hai bạn bè

Bừng bừng xô dạt lòng khe
Ván khua lách cách hồn khe khẽ về.

(Hội An - 1964, gửi Nguyễn Nho Sa Mạc)

THÔI YÊN SẦU THỔI NHẠC VÀNG XUỐNG THÂN

Dấy từ bão cát trôi lên
Cỗ xe người trắng lênh đênh theo về

Ngàn con nước kéo lê thê
Một vùng biển lạ trăm bề hoang mang

Xôn xao lụa gió điêu tàn
Thôi yên sầu thổi nhạc vàng xuống thân.

(Hội An - 1964, gửi Nguyễn Nho Sa Mạc)
...

Thập niên 60, viết những bài sáu tám như thế thật

là mới từ ngôn ngữ tới hình tượng thơ. Không điển cố, không diễm tình ước lệ. Là những dòng thơ thoát, và trào dâng ra khỏi khuôn sáo. Cho đến bây giờ, gần 50 năm sau cũng khó có ai viết được vậy!

Nhìn lại quá trình cộng tác của Phương Tấn với các diễn đàn văn nghệ từ trước đến nay không khỏi giật mình: ngợp ngời và phong phú, chứng tỏ lực viết của anh, cùng phẩm chất thơ ca đã chiếm hữu được lòng tin cậy của các cơ sở truyền thông:

Các báo đã cộng tác:

Tuổi Xanh, Tuổi Ngọc, Tuổi Hoa, Tinh Hoa, Áo Trắng, Mây Hồng, Phượng Hồng, Thằng Bờm, Phổ Thông, Mai, Thời Nay, Bách Khoa, Văn, Văn Học, Dân Ta, Ngàn Khơi, Khởi Hành, Hồn Văn, Tiểu Thuyết Tuần San, Quật Khởi, Cấp Tiến, Văn Nghệ Tiền Phong, Phụ Nữ Diễn Đàn, Độc Lập, Đuốc Nhà Nam, Thế Hệ Trẻ, Ngôn Luận, Dân Chủ, Hòa Bình, Thế Đứng, Bạn, Bạn Trẻ, Công Luận, Thực Tế, Gió Mới, Kiến Thức Ngày Nay, Thể Thao, Thể Thao Ngày Nay, Văn Nghệ & Đời Sống, Điện Ảnh & Kịch Trường, Văn Tuyển, Văn Chương, Vận Động, Quán Văn, Cửu Long, Đối Thoại (Đại học Văn Khoa), Lý Tưởng (Không Quân), Mối Dây

(Hướng Đạo), Thương yêu (Du Ca), Lập Trường, Sức Mạnh, Sóng, Sài Gòn Mới, Thư Quán Bản Thảo, Thế Giới Văn Học, Văn Hữu, Người Việt, Việt Báo, Việt Mỹ, Ngôn Ngữ, Ra Khơi, Cửu Long, Chiến Sĩ Cộng Hòa... *Và các trang mạng:* Newvietart, Núi Ấn Sông Trà, Vuông chiếu, Saimonthidan, Thang-phai. blogspot, Học xá, Tuongtri, Banvannghe, Art2all. net, Dutule.com, Saigonocean, Vanchuongviet, Việt Luận Úc Châu, Văn Thơ Lạc Việt...

Một lúc nào đó, thi sĩ đã viết: *"Thơ chính là tâm hồn, là máu huyết, là cảm xúc, là ngôn ngữ rất thật của chính mình..."*. Vâng, quả thế: mọi hình tượng nhân văn thơ-nhạc-họa-võ thuật, rèn luyện bản thân, diễn biến của tình yêu, quê hương và thân phận đều nằm trong huyết mạch thi ca Phương Tấn. Anh vào đời văn nghệ rất sớm. Cho đến giờ phút này vẫn lung linh sáng tạo. Phương Tấn trụ vững cùng thơ. Ở mãi với thơ.

Xin chúc mừng,

Hoàng Xuân Sơn,
(13 tháng sáu, năm 2022.
Laval, Québec - Canada)

KỶ NIỆM VỀ NHÀ THƠ PHƯƠNG TẤN VÀ TUYỂN TẬP I (1960 - 2022)

** Nhà thơ, nhà biên khảo **Ngô Nguyên Nghiễm***

Bên nầy bờ đại dương, loáng thoáng nghe tin Phương Tấn đang hoàn chỉnh bản thảo *Thơ Phương Tấn (Tuyển tập I / 1960 - 2022)*. Chuyện một nhà thơ đã nổi danh trên diễn đàn văn học Việt suốt hơn nửa thế kỷ qua, chọn lọc lại hành trình thi ca của mình, chắc không ngoài mục đích góp phần làm phong phú thêm cho thi ca Việt Nam.

Phương Tấn rất tài hoa không những tạo dựng được một phong cách sáng hóa riêng biệt trong thơ. Thời trẻ tuổi, thơ Phương Tấn đã bước vào văn học một cách rất bất ngờ với sự xuất hiện của một bóng dáng của người thơ nữ Thái Thị Yến Phương… Phong trào nhân chứng hóa hiện trạng bi thương của Thái Thị Yến Phương, theo tôi cũng là một phong trào của thời gian thập niên 1960 xuất hiện trên văn đàn nhiều bóng dáng nữ hóa như vậy.

Bước chân đầu tiên bước vào con đường văn nghệ của Phương Tấn, làm thế nào tạo được trong thơ một hình bóng ảo đậm nét số phận, bao quanh cuộc sống hư thực cho một kiếp sống. Hình bóng Thái Thị Yến Phương cũng chỉ là phong dáng mà nhà thơ muốn bày tỏ và cảm thông chung bằng một kiếp sống nữ giữa đất nước ly loạn.

Năm 1966, lần đầu tiên tôi hạnh ngộ cùng nhà thơ Phương Tấn. Từ quê nhà tôi trở lại Sài Gòn, đến đường Nguyễn Duy Dương, chợ An Đông với bức thư của Lâm Hảo Dũng gởi Nguyễn Lệ Tuân… Trong khi chờ đợi nhà thơ Nguyễn Lệ Tuân, người tôi diện kiến là hai chàng trai trẻ đôi mươi, Phương Tấn đang cầm trong tay tờ tạp chí *Sau Lưng Các Người*. Cạnh bên, Phương Tấn giới thiệu là Đoàn Thái Trung, cũng cầm *tập truyện Xe Lửa Chạy Đường Vòng* in chung với Lưu Vân.

Sự gặp gỡ chỉ có vậy, trôi nổi trong sự tình cờ nhất thời, nhưng không ngờ đã kéo dài trong suốt thời gian hơn nửa thế kỷ trôi qua (sic). Mỗi bằng hữu văn nghệ thời thanh xuân trôi qua đằng đẳng, dù có trôi dạt chân trời góc biển cũng như một định kiếp gắn chặc vào nhau qua tư tưởng và nghệ thuật. Bóng dáng văn chương của anh em lớn dần hơn, bằng tất cả tài hoa và định số. Phương Tấn cũng đưa tác phẩm đầy sáng tạo riêng biệt của mình, băng theo bước đi của thời gian.

Suốt thập niên 1960, chính sự hóa thân Thái Thị Yến Phương là bước cầu nối cho người yêu văn chương nghệ thuật để hết tâm trí theo sát bước chân của nhà thơ Phương Tấn. Vì vậy, nhiều nhận định văn học đã tán thưởng và dành nhiều ý kiến trân trọng khi nhìn về bước chân của thơ đi và hoạt động cật lực của nhà thơ, nhà nghiên cứu võ học, và người chủ trương nhiều tạp chí văn chương, có phong cách sắc bén bày tỏ phản kháng trước hiện tình đau thương của quê hương...

Nói cũng bằng thừa về tài hoa trước những chân đi của Phương Tấn. Về võ học, anh như một khách lữ lãng tử trên bước đường soi kinh, đưa nghệ thuật võ học không chỉ kết nối trong nước, mà còn vươn vai chạm đỉnh với thế gian. Nhìn đi nhìn lại, trước kho tư liệu chất chồng của quá trình sáng tác và vận động văn học, những tạp chí *Sau Lưng Các Người* (1963), *Cùng Khổ* (1968). *Ngôn Ngữ* (1973)... Phương Tấn đã bước vào một cuộc hy sinh rất lớn, thể hiện một bày tỏ của người trẻ sĩ phu trước thế đứng tang thương của đất nước...

Ngoài nhiều tác phẩm in chung, nhà thơ Phương

Tấn đã lưu dấu vào văn sử các *thi tập Khổ Lụy (1971), Thơ Tình Của Một Thi Sĩ Việt Nam Trên Đất Mỹ (1970), Tập ký sự Trai Việt Gái Mỹ (1972), Tập bút ký Hòa Bình Ta Mơ Thấy Em (1972 / tái bản 1974), Di Bút Của Một Người Con Gái (Thái Thị Yến Phương, thi phẩm 2017/ tái bản 2019), Lục Bát Phương Tấn (thi phẩm 2018).* Ngoài ra, Phương Tấn còn khoảng 12 tác phẩm thơ, bút ký, phóng sự, sẽ lần lượt xuất bản.

Khi đọc 6 chương của tập bản thảo **Thơ Phương Tấn (Tuyển tập 1/ 1960 - 2022)** gồm:

1/ Di Bút Của Một Người Con Gái (1961 - 1964): 4 bài
2/ Lung Linh Tình Đầu (1960 - 2017): 46 bài
3/ Cát Bụi (1964 - 2020): 13 bài
4/ Hãy Vui Như Tình Đắng (1962 - 2022): 32 bài
5/ Thưa Mẹ (1961 - 1997): 15 bài
6/ Chảo Lửa Trụng Cơ Đồ (1963 - 2022): 44 bài

Phương Tấn chắt chiu ghi lại từng kỷ niệm từ nhiều tập bản thảo thi ca. Mỗi tập bản thảo chắc chắn sẽ được nhà thơ chọn cho mỗi chủ đề từng tuyển tập 1, 2, 3... Công trình sẽ còn dài hạn theo thời gian cho những thi tuyển kế tiếp. Công phu ở tuyển thơ cho 6 chương trong tuyển tập 1 (1960 - 2022), giúp tôi chiêm nghiệm được ít nhất một điều là sự thành công và hy sinh vì thi ca vì nghiệp dĩ, của một nhà thơ đầy sáng tạo trong bút lực tinh khôi. Trân trọng.

Ngô Nguyên Nghiễm
(Tháng 07/ 2022)

GS Nguyễn Đại Hoàng, nhà Nghiên cứu Văn học Nghệ thuật, Dịch giả, Chủ bút tạp chí Sunflower Magazine và trang HADpages. Ngày 18 tháng 11 năm 2021, GS Nguyễn Đại Hoàng đã giới thiệu về thơ Phương Tấn trên trang HADpages của ông.

Và ngày 13 tháng 11 năm 2022, trong chương trình "Thi Văn Chủ Nhật" tại Sài Gòn, ông đã dành trọn chương trình "Nhân vật Văn chương" nói về thơ Phương Tấn.

Nhà thơ Phương Tấn
Con người, tình yêu,
quê hương và vũ trụ

CHỜ ĐẾN THIÊN THU
MỘT BÓNG NGƯỜI

* GS **Nguyễn Đại Hoàng**

1.
Cùng quý thân hữu và các bạn,

Chủ đề chương trình "Thi Văn Chủ Nhật" ngày 13 tháng 11 năm 2022 vừa rồi - là về nhà thơ Phương Tấn. Đây là *"nhân vật văn chương"* mà tôi đã có bài viết một năm trước trên trang HADpages, nên tại buổi nói chuyện, tôi sử dụng lại một phần tư liệu cũ, và một phần bổ sung, hiệu đính.

Ngay từ lúc mở đầu một số bạn trẻ đã xôn xao:
- Trong các buổi nói chuyện trước đây, cụm từ *"nhân vật văn chương"* ít được thầy dùng lắm, vậy mà sao hôm nay từ đó lại xuất hiện?
Tôi trả lời:
- Các bạn ạ, sở dĩ có điều đó là bởi vì - xét trên nhiều phương diện - Phương Tấn đúng là một *"nhân vật văn chương"* - không thể nói khác!

Theo các tài liệu mà tôi có được thì người con của đất Đà Nẵng này sinh năm 1946, nhưng đến năm 1963 - đã là Chủ Bút của tờ SAU LƯNG CÁC NGƯỜI - nghĩa là lúc Phương Tấn mới 17 tuổi! Đến năm 1968 là Chủ Bút của tờ CÙNG KHỔ, lúc đó thi sỹ cũng mới 22 tuổi. Và năm 1973, lúc 28 tuổi thi sỹ là Chủ Bút của tờ NGÔN NGỮ.

Đó là chưa nói sau năm 1975 ông còn là Chủ Bút của những tập san Võ Thuật, như NGÔI SAO VÕ THUẬT, TÌM HIỂU VÕ THUẬT, SỔ TAY VÕ THUẬT nữa!

Một lần nữa trong phòng lại xôn xao:
- Mấy tờ này tụi em biết! Mà sao thầy ấy lại có thể

bước qua viết về lĩnh vực Võ Thuật được hay vậy?
Tôi im lặng một chút rồi trả lời:
- Vậy mới gọi là tài hoa thông tuệ! Nghị lực phi thường!

Mà nghĩ cũng lạ. Tên thật thầy ấy là Nguyên Tấn Phương - về sau có nhiều bút danh khác như Phương Tấn, Nguyên Tấn Phương, Hồ Tịch Tịnh, Thích Như Nghi, Người Thành Phố, Chị Ngọc Ngà... - nhưng PHƯƠNG TẤN là bút danh nổi tiếng nhất. Ai cũng biết, hai trong những khái niệm căn bản của võ học là bộ TẤN trụ và PHƯƠNG di chuyển. Vậy thì tên thật và bút hiệu của Phương Tấn.

- Đã như một định mệnh cho sự nghiệp với tư cách là một nhà Tu Thư Võ Học của thầy ấy! Chưa hết đâu, Phương Tấn còn là tác giả cuốn NHỮNG NGƯỜI MỞ ĐƯỜNG ĐƯA VÕ VIỆT RA THẾ GIỚI - Pionners Who Have Paved The Way For Vietnamese Martial Arts To The World. Ấn bản lần đầu năm 2012. Tái bản năm 2014. Đây là tác phẩm gây được tiếng vang lớn, không chỉ nhận được sự đón chào nồng nhiệt của đông đảo người Việt trong và ngoài nước - mà còn nhận được sự quan tâm của nhiều quốc gia trên thế giới.

Một bạn hỏi:

- Thầy suy nghĩ thế nào về tác phẩm nói trên?
- Tôi khâm phục và cảm động! Bởi từ trước đến nay tôi chỉ biết đến một tác phẩm có thể gọi là tiểu thuyết võ học của đất nước mình - đó là cuốn *MÚA THIẾT LĨNH - NÉM BÚT CHÌ* của nhà văn Toan Ánh (1919 - 2009) viết từ năm 1963! Tôi cũng có biết cuốn *LỊCH SỬ VÕ HỌC VIỆT NAM* xuất bản năm 2012 của võ sư Phạm Đình Phong. Nhưng tôi vẫn dành sự trọng thị cao độ cho Phương Tấn - bởi tác phẩm anh viết vẫn có nhiều ưu điểm trong cách trình bày diễn đạt - với lợi thế ngôn ngữ của một nhà thơ, nhà văn, nhà quản lý văn học!

Đề tài này tôi xin hẹn lại vào một dịp khác quý bạn nhé. Còn bây giờ chúng ta hãy nói đến Phương Tấn với tư cách một *"nhân vật văn chương"*!

2.

Một bạn nữ hỏi:
- Em nghe nói trước năm 1975, nhà thơ Phương Tấn có viết cho tờ Tuổi Ngọc phải không thầy?
- Đúng rồi! Tờ đó do nhà văn Duyên Anh (1935 - 1997) làm Chủ Bút! Thư ký Tòa soạn do nhà văn Từ Kế Tường - Ke Tuong Phan Niem - và nhà văn họa sỹ Đinh Tiến Luyện - phụ trách. Tiểu thuyết tôi mê nhất của Duyên Anh là cuốn *DZŨNG ĐAKAO*

- và sau này khi lên Sài Gòn học - tôi trọ ở ngay vùng Đakao đó!

Nhưng không chỉ viết cho Tuổi Ngọc thôi đâu! Phương Tấn còn cộng tác với hàng loạt báo và tạp chí khác nữa như: Phổ Thông, Mai, Thời Nay, Bách Khoa, Văn, Đối Thoại, Văn Học, Dân Ta, Gió Mới, Ngàn Khơi, Khởi Hành, Hồn Văn, Tiểu Thuyết tuần san, Cấp Tiến, Quật Khởi, Văn Nghệ Tiền Phong, Độc Lập, Ngôn Luận, Công Luận, Lập Trường (Huế), Sức Mạnh (Đà Nẵng)...

Những tác phẩm thơ của Phương Tấn:
- RỪNG - thơ in chung 1963
- VÕ - thơ in chung 1965
- THƠ TÌNH CỦA MỘT THI SĨ VIỆT NAM TRÊN ĐẤT MỸ - thơ 1970
- KHỔ LỤY - thơ 1971

Về bút ký có:
- TRAI VIỆT GÁI MỸ - 1972
- HÒA BÌNH TA MƠ THẤY EM - Ấn bản lần đầu năm 1972. Tái bản năm 1974

Một số tác phẩm khác như: *Di Bút Của Một Người Con Gái, Lục Bát Phương Tấn, Lung Linh Tình Đầu,*

Thơ Phương Tấn... Nhiều bài thơ của Phương Tấn đã được phổ nhạc.

3.
Quý bạn ạ, thế hệ chúng tôi biết đến thơ Phương Tấn từ cuối thập niên 1960. Dù anh đã có thi phẩm từ những năm trước đó.

Anh có những câu thơ thượng phẩm! Trong bài *Ván Khua Lách Cách Hồn Khe Khẽ Vẽ* (1964), anh hạ thần bút trong hai câu:

Khuya XA, XÁC đổ về trời
Phố cao sầu cũng nghe đời vóc hoa.

Khuya mà XA dần thì SÁNG cũng đến dần, nhưng dưới sự cảm nhận của thi nhân Phương Tấn thì KHUYA không biến chuyển thành SÁNG, mà là chết đi - thành một cái XÁC! Xác của đêm! Ý lạ và sâu thẳm. Tư duy khác thường. Xưa nay chưa thấy ai dùng như vậy!

Còn trong bài *Thôi Yên Sầu Thổi Nhạc Vàng Xuống Thân* (1964) anh viết:

XÔN XAO gió LỤA điêu tàn

Thôi yên, SẦU thổi nhạc vàng xuống thân.
Vì sao gió xôn xao mà lụa điêu tàn vậy?

Bởi sự xôn xao ấy - không chỉ là xôn xao ĐỘNG - HỮU THANH mà còn là sự xôn xao TĨNH - VÔ THANH - LẶNG LẼ. Nghĩa là chỉ xôn xao cảm xúc trong lòng thôi, không ai biết. Và lụa có nghĩa là MỀM mà cũng có thể là người đó thôi! Một dáng lụa đã xa.

Còn nữa, không phải SÁO thổi hay GIÓ thổi mà là SẦU thổi! Dẫu cũng có thể hiểu Sầu theo nghĩa trạng từ - gió lụa Sầu thổi... Thiệt là thần sầu, xưa nay thi nhân chưa thấy ai dùng những cụm từ này vi diệu như vậy!

Ôi, những câu thơ thực sự không khác chi như những bức tranh trừu tượng! Trừu tượng mà đầy màu sắc Việt Nam, và quan trọng là thuở ấy còn ở tuổi học trò vậy mà chúng tôi đều hiểu được!

Năm 1972, anh viết bài thơ *Khoai Lang Vỏ Đỏ Lòng Vàng*, có những câu tuyệt bút mà tôi nhớ mãi đến tận giờ:
...
Thôi chịu dại như một loài tầm gửi
Xin ở đây ăn bưởi trổ sau vườn

Ngủ trên cây XƯỚC mía LÙI trong bếp
Buồn cười trâu mà tìm được quê hương.

A, cười trâu mà tìm được quê hương!

Cũng trong bài thơ trên còn có hai câu đẹp tựa cổ tích:

Như loài hoa tưởng NGỦ HOÀI bên suối
Trong rừng kia được hoàng tử đưa về.

Cũng năm này, anh viết bài thơ *Chuyện Trò Cùng Anh Kiến, Chị Dơi Và Chú Muỗi*, với bốn câu mở đầu nhẹ như mây:

Chim đừng GỌI dù MỘT LỜI RẤT KHẼ
Mây đừng KÊU dù một sớm mai hồng
Cho ta ĐẬU bên hiên đời quạnh quẽ
Cho tình ta VÃI nhẹ ở hư không.

Ý chí tự do và mộng mơ phiêu bạt của người trai thời loạn hiện rõ trong thơ! Mây đừng KÊU dù một sớm mai hồng.

Từ vạn cổ chỉ nghe nói mây bay, mây lạc – vậy mà hôm nay "MÂY KÊU"- Tiếng KÊU mới xé lòng làm sao! Ôi! Chỉ có những tâm hồn là mây, để trong khoảnh khắc thiên tài để viết được những câu như thế! Chữ "DÙ" hay đến khó tin! Để cả một bài thơ trở nên nhẹ hẫng dịu dàng...

4.

Năm 1973, anh viết bài thơ *Thương Cây Nhớ Cội*, có hai câu mở đầu không thể nào quên:

Còng lưng thay trâu cày qua luống đất
Qua những LUỐNG ĐỜI ròng rã chiến chinh.

Hai câu thơ này đã khiến tôi đứng lặng yên vì chia sẻ với nỗi niềm của thi sỹ.

Đến tháng 11 năm 2022, tôi đọc được mấy câu lục bát của nhà thơ tài hoa Zulu DC:

Những dòng lục bát lơ mơ
Sau chinh chiến để lại thơ bên đời.
TỪ TRONG TỪNG BÓNG DÁNG NGƯỜI
VẪN HIU HẮT CỦA MỘT THỜI
*   CHIẾN TRANH.*

Vâng, cả hai nhà thơ đều nhìn ra những LUỐNG ĐỜI của một thời binh lửa!

5.
Sau năm 1975, dường như anh không còn làm thơ, chỉ có một vài bài mà tình cờ tôi đọc được, ví dụ một đoản khúc anh viết trong ngày Mẹ mất (1997):

Thế gian CHỤM giữa cơn đau
VỠ ra thành lệ RỤNG vào mộ sâu
Khuya đi trăng DỌI mối sầu
Cõi xa vắng vặc một MÀU quạnh hiu...

Bài thơ về Mẹ không phải tiếng khóc - nói đúng hơn là tiếng khóc vô thanh - mà đớn đau lúc đầu, man mác vang vọng triền miên lúc sau. Những động từ đơn - chụm, vỡ, rụng, dọi - quá sắc, tựa như dao cắt. Diễn tả nỗi đau như dao cắt - mà không cần nói đến những từ có liên quan! Những tĩnh từ kép lại mênh mông! Ý tình sâu thẳm mà lại trải vô biên. Thực sự đỉnh cao của nghệ thuật tu từ!

6.
Và bài *Chờ Đến Thiên Thu Một Bóng Người* (2017) sau đây:

CHỜ ĐẾN THIÊN THU MỘT BÓNG NGƯỜI

Chiều xuống sâu buông tiếng thở dài

Đêm Sài Gòn chạm bóng thu phai
Có cô gái nọ ngồi hong tóc
Ngỡ gió lùa xõa xuống vai.

Sóng cuộn đời sông, sông bạc phếch
Giang hồ xếp vó tự bao năm
Nhớ em mình nhớ thời yêu mệt
Ngóng mãi bên đường bóng biệt tăm.

Ai lỡ đưa người qua bến sông
Hình như bến lạc sóng mênh mông
Sóng xô thuyền mắc bờ nước lạ
Mình, kẻ lạc loài giữa gió đông.

Và như pho tượng bên triền núi
Chờ đến thiên thu một bóng người
Chờ đến xuân già sông rã nhánh
Ô hay, mình cứ tuổi hai mươi.

7.
Ở bài thơ này, ngôn từ thơ như được bước ra từ rượu quý trăm năm, từng chữ từng câu chếnh choáng lòng người viết và người đọc! Phải "say" như thế mới viết nổi những dòng thơ vừa huyền ảo mơ hồ vừa sống động cụ thể như thế. Ví dụ, hãy xem khổ thơ đầu tiên:

Chiều xuống sâu buông tiếng thở dài
Đêm Sài Gòn chạm bóng thu phai
Có cô gái nọ ngồi hong tóc
Ngỡ gió lùa mây xõa xuống vai.

- Câu 1:
Chiều xuống SÂU BUÔNG tiếng thở dài.

Ta cứ ngỡ ta là chiều, để buông tiếng thở dài. Chữ "sâu" liền kề với chữ "buông" là một dụng ngữ thực sự quá khéo! Quá tinh tế!

- Còn câu 2:
Đêm Sài Gòn CHẠM bóng thu phai

Ta cũng là đêm Sài Gòn để CHẠM bóng thu phai! Chữ CHẠM này không đơn giản có nghĩa là ĐỤNG NHẸ. Mà còn có nghĩa là TẠC, là KHẮC nữa đấy! Quý bạn chọn nghĩa nào thì trong lòng cũng mênh mông man mác cả! Chạm bóng thu, hay ghi khắc bóng thu – trước lúc giã từ? Chữ CHẠM này, tôi nghĩ nhà thơ phải trải một đời phong sương tuế nguyệt mới tìm được và viết ra được.

- Hai câu 3 và 4:
Có cô gái nọ ngồi HONG tóc

Ngỡ gió LÙA mây XÕA xuống vai

Cô gái nọ là ai thế? Là mỹ nhân ngư? Hay người mà ta còn đợi cả thiên thu?
Ngỡ gió lùa mây xoã xuống vai. Những động từ đơn HONG, LÙA, và XÕA - gợi cảm hàm súc đến lạ lùng!

8.
Đây là một bài thơ tình yêu phải không? Vì tác giả viết:

Ai LỠ đưa NGƯỜI qua bến sông
Hình như bến LẠC sóng mênh mông

Vâng đúng thế!
Nhưng chữ AI ở đây không chỉ là EM – người em bé nhỏ thân yêu, mà còn là hình bóng của một Sài Gòn xa xưa, một bóng dáng đầy hoài niệm của xứ sở Đại Việt xa vời. Còn NGƯỜI là TA đó! Ta có thể chính là tác giả. Nhưng cũng có thể là một hay nhiều thế hệ người Việt - lưu lạc tha hương - trên xứ người hay ngay chính trên đất nước mình!

Bởi vậy cho nên:
Và như PHO TƯỢNG bên triền núi
CHỜ ĐẾN THIÊN THU MỘT BÓNG NGƯỜI.

Nghĩa là IM LẶNG. Vâng IM LẶNG. Đợi chờ!

Và giờ thì tôi đã hiểu vì sao Phương Tấn viết được những bài thơ man mác tình sầu, những giòng bút ký rực lửa có tiếng thét, có máu, nước mắt, có yêu thương - và những công trình Võ Học để đời.

Bởi thơ anh đã phản chiếu tâm hồn anh: CAO KHIẾT - TĨNH LẶNG và TỊCH MỊCH!

***

Dẫu sao tất cả những điều nói trên - những điều tôi hiểu, những điều tôi nhìn thấy từ trong và cả ngoài bài thơ - *Con Người, Tình Yêu, Quê Hương và Vũ Trụ* - cũng chỉ là tư duy của riêng tôi. Tôi nghĩ các bạn còn có thể nhìn thấy và ngộ được nhiều điều huyền nhiệm hơn thế nữa!

Xin cảm ơn anh - thi sỹ Phương Tấn!

NGUYỄN ĐẠI HOÀNG
(Anh Dung Hoang)

(*) Source 1:[Tho Phuong Tan (luanhoan.net)] và [VIRGIL GHE-ORGHIU: Chân dung nhà thơ PHƯƠNG TẤN [i.e. Nguyễn Tấn Phương 1946 --] Source 2: Blog Chu Vương Miện (thang-phai.blogspot.com)]

Ban biên tập Tạp chí Văn Hữu đã trân trọng đề nghị của nhà thơ Lâm Anh, đăng lại bài thơ "Ở Huế Nhớ Phương" của Phương Tấn cùng bài viết "Về Một Bài Thơ Tình Của Phương Tấn" của nhà thơ Lâm Anh trên tạp chí Văn Hữu số 15/2011 và trên trang:
http://www.art2all.net/.../vanh.../vh15_thotinhphuongtan.htm

VỀ MỘT BÀI THƠ TÌNH CỦA PHƯƠNG TẤN

* Nhà thơ **Lâm Anh**
(Trích tạp chí Văn Hữu
Số 15 Mùa Đông 2011)

Những năm của thập niên 1990, tôi đã và đang viết *Những Tác Giả Tôi Yêu* để làm kỷ niệm. Sưu tầm và viết được khoảng 30 tác giả thì bất ngờ có một cơn lũ lớn kéo đến ồ ạt. Nhà tôi nước ngập đến hơn nửa vách, lúc thu dọn đồ đạc dời lên đồi cao để tránh lũ đâu ngờ bị rớt chìm xuống nước một số sách vở trong đó có tập bản thảo nầy. Trong bốn năm liền bắt đầu từ 1999 đến 2003 lũ lụt đã làm vùng đất Cát Tiên điêu tàn không kể xiết. Cát tiên là vùng kinh tế mới, dân nhiều miền Nam, Trung, Bắc được nhà nước đưa đến ở từ năm 1980. Sau những trận lũ ấy, dân chúng gần như trở lại trắng tay sau 17 năm bỏ công xây dựng đất mới, đời mới cho trên 100 hộ. Không thể nào diễn tả được hết nỗi thống khổ của dân tình. Chuyện người chết, nhà tan cửa nát... không khác một bi kịch, không có sân khấu để diễn tả hết những trần truồng dâu bể ở Cát Tiên thuở đó.

Trong những năm lũ lụt ấy, ngoài bản thảo *Những Tác Giả Tôi Yêu*, tôi còn bị mất dưới bàn tay Thủy Tề đến bảy tập thơ và nhiều sách vở của thời chế độ cũ, đặc biệt có một số đặc san, tạp chí ở Quảng Nam Đà Nẵng. Ngoài những tên tuổi như Luân Hoán, Uyên Hà, Lê Văn Trung, Đoàn Huy Giao... còn có một Phương Tấn đã gieo vào hồn tôi những hạt giống đầy ắp ấn tượng. Vâng, thơ văn của Phương Tấn có một cõi rất dị biệt. Nhất là trong lĩnh vực thơ, Phương Tấn có những bài từng du tản hồn tôi vào những khung trời lạ, dù rất bình dị trong sáng về thi tâm, thi cốt. Phương Tấn chưa bao giờ dùng đến chữ nghĩa đao to búa lớn, triết lý cao xa, thơ Phương Tấn phóng túng nhưng hồn hậu..., không khác sự ăn no ngủ kỹ trong chăn mền tơ lụa Đông Phương.

Một tình cờ mới đây, nhân buổi tôi về quê thăm mẹ già, hôm ấy trời Quảng Ngãi mưa heo gió phùn, bất ngờ có một người bạn thơ mang đến tạp chí Văn Hữu do nhà văn Lê Thu Hương chủ trương, trong số tạp chí nầy có đăng bài thơ tôi viết tặng Trần Hoài Thư. Đa phần những bài thơ tôi đăng ở nước ngoài là do bạn bè tình nguyện giúp đỡ, ngoài Nguyễn Lệ Uyên còn có Lê Văn Trung, Uyên Hà, Hạ Đình Thao, Đặng Toản...Dù có thơ đăng nhưng ít khi tôi có dịp đọc được những tạp chí ấy. Lần đầu được cầm trên tay tạp chí Văn Hữu tôi mừng quá, chẳng khác nào được cầm một vật quí trên tay. Tôi vô cùng xúc động khi đọc bài thơ *Ở Huế Nhớ Phương* của Phương Tấn viết từ năm 1964.

Ở Huế Nhớ Phương là một bài thơ tình có 53 câu, gồm 408 chữ. Mỗi câu là mỗi con đường dài, mỗi chữ là mỗi tiếng hót của loài chim khác nhau. Tôi hình dung về những đợt sóng như không chịu vào bờ, cứ lượn lờ giữa khơi, cứ nhấp nhô vươn tràn, trồi lên ngút xuống, xao động nhưng êm đềm.., như mở ra mà khép lại, như đứng trong ngồi, như nằm nghiêng mà ngửa mà úp vào vô tận... Là bài thơ tình như muôn vạn bài thơ tình từng xuất hiện trên báo chí văn chương, nhưng *Ở Huế Nhớ Phương* càng đọc càng thấy đầy ý vị, đầy chất ngọt mặn khác nhau, lạ lùng biệt lập, tư riêng...

Ông Phương Tấn ạ! Thật tình không phải vì ái mộ ông qua nhiều báo chí của 40 năm về trước. Tôi chưa được biết mặt ông dù một giây phút trong đời, nhưng qua thơ cảm thấy ông như đã từng nằm ngồi, đối diện cùng tôi tới mức máu thịt. Ông vui lòng cho tôi được bộc bạch niềm ngưỡng mộ một thi tài, một nhân cách phi phàm... và xin ông vui lòng cho tôi yêu cầu nhà văn Thu Hương in lại bài thơ *Ở Huế Nhớ Phương* trong Văn Hữu.

Tôi đang về Quảng Ngãi thăm mẹ già tuổi đã 90, lẽ ra tôi viết về ông nhiều hơn nữa, qua những bài thơ tôi sưu tầm từ lâu. Hiện tôi có thơ ông qua nhà thơ Lê Văn Trung gửi tặng tôi thời trước 1975: Chùm thơ *Về trại phong Quy Hòa làm thơ gửi Hàn Mặc Tử, Nắng hạn, Thiên An Môn, Buồn như trăng nhớ ai, Khoai lang vỏ đỏ lòng vàng...* Mỗi bài thơ đều có cốt cách riêng, trong mỗi tứ thơ có những cảm xúc vượt thời gian, không gian đương đại. Tôi đã gửi đến nhà văn Thu Hương bài viết nầy, có gì làm ông khó chịu xin bỏ qua cho tôi. Chúc ông khỏe...

Lâm Anh - Nguyễn Ba La
(Quảng Ngãi, 22/12/ 2011)

(*) Nhà thơ Lâm Anh tác giả tập thơ Quá Giang Thuyền Ngược, Thư Ấn Quán (Hoa Kỳ) xuất bản năm 2010, NXB Văn hóa Thông tin (VN) tái bản năm 2012. Nhà Thơ mất tại Lâm Đồng năm 2014.

THEO DÒNG THỜI GIAN

* Năm 1961,
tạp chí Gió Mới số 6:
NHỮNG VẦN THƠ MANG NHIỀU
HƯƠNG SẮC ĐIÊN DẠI VÀ NỔI LOẠN.

"... Chính vì bị vây phủ bởi những hình ảnh thù nghịch nhưng mà lại không còn tìm được một tình thương yêu, một nơi ẩn náu cho tâm hồn, nên người trẻ tuổi của chúng ta rơi vào một cơn ác mộng hãi hùng. Trong đó, thế giới biến thành tha ma, phố phường là nghĩa địa. Thật vậy, một khi quanh mình không còn một tình thân nào nữa, thử hỏi khoảng cách biệt giữa sống và chết có ra gì? Phương Tấn đã phác họa cảnh tượng kinh hoàng ấy trong những vần thơ mang nhiều hương sắc điên dại và nổi loạn."

* Năm 1961,
tuần báo Văn Nghệ Tiền Phong số 129:
AI OAN AI OÁN THAY NHỮNG TIẾNG THƠ
KHÓC CHO THẾ KỶ ĐIÊU LINH.

"... Tôi có cảm tưởng nhìn thấy nét mặt tuyệt vọng của người viết những câu thơ trên. Ai oan ai oán thay những tiếng thơ khóc cho thế kỷ điêu linh. Phương

Tấn đến với chúng ta qua những tiếng đau thương ghê gớm."

*** Năm 1962,
tuần báo Văn Nghệ Tiền Phong số 152:
NÉT THƠ ĐẶC BIỆT CỦA PHƯƠNG TẤN.**

"... Phương Tấn đã có thơ đăng trên Văn Nghệ Tiền Phong và khuynh hướng lúc nào cũng đi tìm những nguồn cảm hứng có ít nhiều kỳ lạ. Tuy nhiên lời thơ của Phương Tấn thường lại rất đơn sơ, dễ dàng. Tất cả những thứ ấy tạo thành nét thơ đặc biệt của tác giả."

*** Năm 1962,
nhà báo Hàn Tâm, tuần san Tinh Hoa số 2:
TIẾNG KÊU THẤT THANH
TRONG ĐÊM KHÔNG TRĂNG SAO**

"... Chúng ta đã phiêu du trong vườn thơ Thái Thị Yến Phương – thế giới rặt u sầu và đầy tội lỗi – chúng ta không thể trách Thái Thị Yến Phương quá bạo dạn nói lên sự thật của một lớp người đang bị đào thải, hay đang được lành mạnh hóa mà chúng ta chỉ nên coi Thái Thị Yến Phương như một nhân chứng. "Tiếng nói" của Thái Thị Yến Phương là tiếng kêu thương cầu cứu. Hiểu như vậy, chúng ta mới đủ tình cảm đi sâu *vào tâm hồn Thái Thị Yến Phương."*

* Năm 1963,
nhà báo Terèse Thùy Nhiên, tuần san Tinh Hoa số 11:
SAY MÊ NHƯ
NHỮNG CÂU THƠ CỦA NGUYỄN DU.

"... Thì ra chỉ có chúng ta, chỉ có những người trót "làm thân con gái" như chúng ta mới có thể thông cảm nổi, mới có thể nhìn rõ những tủi sầu của nhau. Và có một tủi nhục nhất của "kiếp đàn bà" là bán thân cho người vì hoàn cảnh, vì cuộc đời hay vì trời bắt vậy. Thái Thị Yến Phương đã diễn tả được sự thực não nề chua chát đó:

Bầy con gái ngực phơi trần
Hồn ca biển loạn môi cười yến oanh

Ôm lênh đênh xác song hành
Môi hôn rướm máu chanh vanh bãi cồn.

Chỉ bốn câu thơ đủ phác họa một cảnh lõa lồ giữa người con gái bán xác thịt với khách làng chơi. Tôi đã đọc bốn câu thơ này của Thái Thị Yến Phương say mê như những câu thơ của Nguyễn Du tả cảnh Kiều bán mình.

* Năm 1963,
nhà báo Người Xứ Huế, nhật báo Tự Do:
NHỮNG ĐAU KHỔ ĐẾN DỒN DẬP.

"... ta thấy những hình ảnh con người vô lương tâm - 'bầy ác điểu' - thi nhau xâu xé đời người con gái một cách tàn nhẫn, dã man.

Những đau khổ đến dồn dập ứ đọng trong tâm hồn người con gái, làm nàng quần quại không còn nhận ra đâu là thể xác với linh hồn. Tâm trạng ấy đã được Thái Thị Yến Phương lồng vào bức tranh tối tăm, đường nét sắc cạnh."

* Năm 1966,
nhà thơ Nguyễn Lệ Tuân
trong tập thơ "Quê Hương Máu Và Nước Mắt":
TÔI KHẼ GỌI TÊN THÁI THỊ YẾN PHƯƠNG TRONG TRÍ NHỚ.

"... Cách đây 3 năm, thơ Thái Thị Yến Phương xuất hiện hầu hết trên các nhật báo, tuần báo, tạp chí. Giới văn nghệ bắt đầu chú ý đến lối thơ độc đáo của Thái Thị Yến Phương. Nhà thơ đã thể hiện được nguồn rung cảm chua xót nghẹn ngào thân phận người con gái buôn hương bán phấn.

"Và tôi thật sửng sốt khi hay tin Thái Thị Yến Phương đã từ trần tại "nhà thương thí Đà Nẵng." Vâng, một cái chết rất âm thầm và đau đớn. Thế là xong một thảm kịch của đời người. Ôi! Không còn một kiếp sống nào bi đát hơn mà người ta thường lên án: kiếp làm đĩ. Phải chăng, chiến tranh tang tóc đã làm cho xã hội tan nát, lòng người ly tán cùng cực và xô đẩy con người vào bước đường cùng.

"Và tuổi trẻ bỏ ra ngoài cuộc sống để trở lại bản thể của mình. Một bản thể trơ trên trên nỗi đau nhọc nhằn của thời gian. Thái Thị Yến Phương tự xóa tên mình trong quyển sổ đời để rồi không còn nhìn thấy kiếp sống oằn oại trong máu lửa.

"Trời Đà Nẵng vương nhiều nước mắt. Trên dòng sông một cánh hoa héo úa, tàn tạ trôi lềnh đềnh như số phận của con người mang trạng thái ngập lụt tâm hồn".

*** Năm 1968,
nhà báo Minh Phú,
nguyệt san Quyết Thắng số 6:**
THIÊN TÀI THĂM THẲM Ở CHIỀU SÂU.

"... Trong lúc giá trị quy kết nơi hiếm hoi, cô đọng. Thiên tài thăm thẳm ở chiều sâu. Tôi nghĩ Thái Thị

Yến Phương có thể thuộc vào loại sau này. Không phải ngay ở vài bài thơ thơ thứ nhất. Dĩ nhiên. Nhưng khởi hành với hơi thở thoảng mùi gió lạ, Phương có đà để đi xa trên lối vạch ra cho mình. Và tôi tin mong ở Phương những đợt hứng khởi tiếp theo.

"... Chỉ còn đây những bài thơ thứ nhất của Phương, hơi gió đầu mùa của một tiết trời lạ lắm. Nhưng tiết trời ấy không bao giờ có nữa, khi con người có thể làm nên một thời tiết đó đã vĩnh viễn ra đi."

*** Năm 1969,
nhà thơ Phổ Đức
tại diễn đàn CLB Phấn Thông Vàng, Sài Gòn:
ĐÂU PHẢI AI CŨNG LÀM THƠ HAY
NHƯ THÁI THỊ YẾN PHƯƠNG.**

"... Theo thiển ý của tôi, thi nhân là người bị hoàn cảnh dồn đến cùng cực thêm với khả năng của trời cho mà người ta thường gọi là thiên tư để trở thành thi sĩ.

"Hàng vạn người hỏng thi đâu phải ai cũng trở thành thi sĩ như Tú Xương. Trong số những người bị "hủi" đâu phải ai cũng làm thơ để trở thành thi sĩ như Hàn Mặc Tử. Trong số hàng triệu cô gái lầu xanh đâu phải ai cũng làm thơ hay như Thái Thị Yến Phương."

*** Năm 1970,
NXB Người Trẻ Việt Nam,
trong lời mở đầu cho tập thơ Khổ Lụy:
PHƯƠNG TẤN, MỘT KHOẢNG ĐỜI
THÊ THẢM ĐẾN LẠNH NGƯỜI.**

"... *Khổ Lụy, tập thơ thứ hai của Phương Tấn. Hầu hết những bài trong tập này được viết trước năm 20 tuổi. Tập thơ được in ra như để thu vén một khoảng đời xót xa của quê hương, của cơn bệnh cùng sự đìu hiu tuyệt cùng của Phương Tấn, một khoảng đời thê thảm đến lạnh người.*"

*** Năm 1970,
Bộ Thông Tin/Sở Phối Hợp Nghệ Thuật
ra quyết định:
CẤM XUẤT BẢN TẬP THƠ "KHỔ LỤY".
HỒ SƠ GHI RÕ:**

"... *Thơ Phương Tấn chán nản vì chiến tranh, vì tang tóc, vì bị trị...*"

(Dù không có giấy phép nhưng tập thơ "Khổ Lụy", vẫn được Nhà xuất bản "Người Trẻ Việt Nam" in và phát *hành rộng rãi trong năm 1971).*

*** Năm 1971,
Bán nguyệt san Phổ Thông số 241:**
ĐÊM ĐỌC THƠ CỦA MỘT NHÀ THƠ TRẺ VIỆT NAM TRÊN ĐẤT MỸ.

"... Mồng một Tết VN 1971 tại Mỹ, nhóm "Người Trẻ Việt Nam" ở Mỹ đã tổ chức một đêm đọc thơ và phát hành tập thơ "Thơ Tình Của Một Thi Sĩ Việt Nam trên Đất Mỹ" của Phương Tấn tại "Foreign Training Office" thuộc căn cứ Huấn luyện "Sheppard Air Force Base, Texas.

"Thơ Tình Của Một Thi Sĩ Việt Nam Trên Đất Mỹ" là một thành công của Phương Tấn – một nhà thơ trẻ Việt Nam trên đất Mỹ. Được biết, tập thơ hiện được lưu trữ tại Thư Viện Đại học Cornell University Library, USA.

*** Năm 1971,
Giáo sư Tam Ích,
tạp chí Đời Mới số 43 - Xuân Tân Hợi 1971:**
HOA GẤM VÀ NGÔN NGỮ DÂN TỘC

"... Thi sĩ Kiên Giang Hà Huy Hà và Sơn Nam: Người

trên từ 1946 đã làm vạn câu dân tộc, người dưới làm đôi ba, dăm ba, mươi - nhưng đều thắm tình dân tộc và nhạc tính độc đáo!

"Nhưng muốn nói về nhạc tính lạ, ý và lời tuyệt tác thì tôi cầu nguyện cho các văn - thân - hữu đọc những bài sau này mà tôi đã được đọc trong tạp chí Thời Nay. Đây là ba nhà thơ Nhất Uyên, Phan Trần (Trần Hữu Ngư) và Phương Tấn, thơ thì tuyệt! Nhạc tính: độc đáo! Nhịp thơ: hiếm! Từ, tứ, ý thơ, riêng tôi, lần thứ nhất tôi mừng được thưởng thức thơ. Tôi lần thẩn nghĩ: cần gì phải làm trăm nghìn câu thơ, cần gì phải in tới nhiều tập thơ! Một bài thơ! Một sắc diện màu sắc và âm thanh! Tôi cầu nguyện cho có người bắt… chước được từ thơ, tứ thơ, ý thơ, mạch thơ ấy."

* **Năm 2012,**
nhà báo - võ sư Từ Võ Hạnh,
nguyệt san Văn học & Võ Thuật:
LỜI THƠ "TỤC LỤY" NHƯNG LẠI ĐẦY THANH CAO TRONG SÁNG. ẤY CHÍNH LÀ ƯU ĐIỂM MÀ MẤY AI "NGỘ" ĐƯỢC.

"… Phương Tấn là một chủ bút các tạp chí Võ Thuật sừng sỏ, không những thế ông còn là một nhà tổ chức tầm cỡ quốc tế qua các tổ chức "Liên hoan Quốc tế Võ cổ truyền Việt Nam" và "Liên hoan Võ thuật Quốc tế Hồng Bàng" từ năm 2006 đến nay, thu hút mỗi kỳ hàng ngàn VĐV và trên 40 quốc gia và vùng lãnh thổ tham gia biểu diễn và tranh tài. Chính gương làm việc của ông đã khiến tôi kinh ngạc. Nên, khen ai chứ khen Phương Tấn thì quá thừa. Theo tôi, từ trước đến nay khó thấy một nhân tài như Phương Tấn - một người "nghiên cứu võ không tập võ" nhưng lại đóng góp thành công quá nhiều cho phong trào "Võ thuật Thế giới" suốt mấy thập niên..."

"Ngoài Võ, ông còn là một nhà thơ có tiếng, một nhà văn viết văn hay và một nhà báo lão luyện. Thơ Phương Tấn có nhiều bài mà mỗi bài như một ca khúc tràn đầy nhạc tính. Thơ ông luôn ấp ủ nhiều điều mà trí óc bình thường khó lòng diễn tả… Thơ rất lạ nhưng lại rất quen. Đọc thơ Phương Tấn chúng ta sẽ thấy mình ẩn hiện trong đó. Lời thơ "tục lụy" nhưng lại đầy thanh cao trong sáng, ấy chính là ưu điểm mà mấy ai "ngộ' được. Trong cái bình dị vẫn toát nét kiêu sa, trong sự thơ ngây vẫn phảng phất một cái gì lạ lắm. Phương Tấn có lối dùng chữ tài tình, mộc mạc như ngô khoai nhưng tràn đầy hương vị tinh khiết và khát vọng của tình yêu - Yêu mình yêu người và yêu quê hương."

* **Năm 2015,**
Nhà giáo, dịch giả Lưu Như Hải (+)
trong tập thơ "Lung Linh Tình Đầu" :
NƯỚC PHÁP CÓ BÀI SONNET CỦA ALEXIS FELIX ARVERS THÌ Ở VIỆT NAM TA CŨNG CÓ BÀI THƠ "Ở HUẾ NHỚ PHƯƠNG" CỦA PHƯƠNG TẤN.

"... Phương Tấn từ thập niên 1960 cho tới bây giờ sáng tác nhiều bài thơ làm rung động lòng người nhưng chỉ một bài "Ở Huế Nhớ Phương" cũng đã đủ để làng Thi Ca ngợi khen Phương Tấn với cùng lời thân thương như với Felix Arvers.

"Tôi sẽ bị gán nhãn là "Anh em trong nhà khen nhau" khi nói: "Nước Pháp có bài Sonnet của Alexis Felix Arvers mà Khái Hưng chuyển ý thành bài "Tình Tuyệt Vọng" thì Việt Nam ta cũng có bài thơ "Ở Huế Nhớ Phương" của Phương Tấn."

* **Năm 2016,**
nhà thơ Dung Thị Vân, Trang newvietart:
MỘT PHONG CÁCH RẤT RIÊNG
CỦA THƠ PHƯƠNG TẤN.

"... Ôi sao mà khổ đau và nhân hậu đến vậy Phương

Tấn! Qua thổ lộ của tác giả:

"... Xâu chuỗi những mảnh đời bất hạnh cùng cực trong tình yêu, trong đời sống của chị em làm điếm, viết nên một số bài thơ trong tâm trạng khổ đau của họ dưới bút hiệu Thái Thị Yến Phương..." – như vậy, nhân vật trong thơ của tác giả là một-người-của-nhiều-người, một-trái-tim-của-nhiều-trái-tim có thật trong cuộc đời tác giả. Anh đã thấu hiểu và thương yêu sâu sắc để rồi hóa mình vào nhân vật đến nỗi quên đi với chính cái tên Phương Tấn của mình.

"Nếu như không được nhắc lại hôm nay thì trên bốn mươi năm qua, thậm chí một trăm năm nữa đã chắc gì có ai đã biết Thái Thị Yến Phương là nhà thơ Phương Tấn. Mà chỉ biết cái tên Thái Thị Yến Phương là một cô gái tài hoa bạc phận đã để lại cho đời, cho người những bài thơ đặc sắc và đẫm lệ. Thế mới biết tâm hồn người thơ nó nhân hậu biết chừng nào. Nó đau thương đến mức độ nào mà tác giả đã viết được những bài thơ ai oán, sầu muộn và hay như thế."

*** Năm 2016,
nhà phê bình văn học Nguyễn Vy Khanh
trong bộ sách "Văn Học Miền Nam 1954 - 1975":
THƠ ÔNG KHÁ ĐẶC THÙ**

NẾU SO VỚI NHỮNG NHÀ THƠ CÙNG THỜI VÀ CÙNG QUÊ HƯƠNG QUẢNG NAM, ĐÀ NẴNG.

"... Con đường thi-ca của Phương Tấn bước vào thi-ca lúc rất trẻ, tuy khiêm tốn về lượng thơ xuất-bản, nhưng thơ ông khá đặc thù nếu so với những nhà thơ cùng thời và cùng quê Quảng Nam, Đà Nẵng như ông. Nhiều tình cảm, tình quê, có lãng-mạn nhưng cũng có những cách tân ngôn-ngữ thơ. Ở Phương Tấn, thơ ý tình bay xa, đến tận những chân trời lạ, xa, và mở rộng, nhưng con chữ hiền hòa như con người Việt - Nam truyền thống.

"Bài 'Túy Ngọa Sa Trường Quân Mạc Tiếu' là một trong những bài thơ hay, hay vì đã cố gắng tóm gọn cảm nghĩ của con người Việt-Nam trước bao đổ vỡ, chia xa mà chiến-tranh đã gây ra và tiếp tục hủy hoại đất nước, con người."

*** Năm 2017,
nhà thơ Nguyễn Nhã Tiên
trong bài viết "Nhạc Chấp Cánh Cho Thơ":
TỰ THƠ THI SĨ PHƯƠNG TẤN
BẰNG ÂM THANH VÀ NGÔN TỪ CỦA MÌNH
ĐÃ BAY LÊN, ĐÃ NEO ĐẬU**

VÀO TÂM HỒN MỌI NGƯỜI.

"... Đừng nói nhạc chắp cánh cho thơ bay lên nghe tội thơ quá. Tự thơ thi sĩ Phương Tấn bằng âm thanh và ngôn từ của mình đã bay lên, đã neo đậu vào tâm hồn mọi người rồi. Còn nhạc, thì đấy là cái duyên hội ngộ thôi. Công bằng mà nói, nếu Phạm Duy không phổ một số bài thơ của một số tác giả, thì có lẽ người ta còn xa lạ với một số tên tuổi nhà thơ. Nhưng trường hợp Phương Tấn lại khác. Đôi chân thi sĩ đã bước đi vạn dặm tự bao giờ."

*** Năm 2017,
nhà thơ, dịch giả Thiếu Khanh
trong tập thơ "Di Bút Của Một Người Con Gái":**
THI SĨ PHƯƠNG TẤN NỔI TIẾNG TỪ CUỐI THẬP NIÊN 60 THẾ KỶ TRƯỚC, LÀ THI SĨ VIỆT NAM DƯỜNG NHƯ ĐẦU TIÊN ĐÃ CHO IN THƠ MÌNH TẠI NƯỚC MỸ.

"... Có một lần, lâu rồi, chắc là phải hơn... nửa thế kỷ, tôi tình cờ nghe một chương trình Tao Đàn của thi sĩ Đinh Hùng trên đài phát thanh Sài Gòn dành cho thơ của một người con gái chết trẻ tên Thái Thị Yến

Phương. Tôi chưa được đọc bài thơ nào của người nữ thi sĩ trẻ này. Và chỉ biết có chừng đó.

...

"Thi sĩ Phương Tấn nổi tiếng từ cuối thập niên 60 thế kỷ trước, là thi sĩ Việt Nam (dường như đầu tiên) đã cho in thơ mình tại nước Mỹ xa xôi từ khoảng đầu thập niên 1970, với tác phẩm "Thơ Tình Của Một Thi Sĩ Việt Nam Trên Đất Mỹ"!

"Nhưng điều tôi không ngờ Thái Thị Yến Phương là bút hiệu của thi sĩ văn võ đều tài hoa này!"

*** Năm 2017,
nhà thơ Luân Hoán
trong tập thơ "Lục Bát Phương Tấn":
LỤC BÁT CỨ NHƯ HƠI THỞ NÀY
SẼ KHÔNG BAO GIỜ MAI MỘT ĐƯỢC.**

"... Mỗi bài gói gọn bốn câu. Rõ ràng khung cảnh, giàu có hình ảnh, lung linh chân tình... tất cả man man bát ngát sự yêu thương. Hình ảnh đẹp, cụ thể thiết tha như có thể sờ nắm được. Tình của Phương Tấn thuở cắp sách là tình vui, tình hạnh phúc của sự gắn bó tinh khiết và chân tình. Lục bát cứ như hơi thở này sẽ không bao giờ mai một được."

* Năm 2017,
nhà văn Trần Hoài Thư
trong tập thơ "Lục Bát Phương Tấn":
NÓ LÀ CỦA ANH VÀ CỦA TÔI,
CỦA MỘT THỜI ĐỂ YÊU VÀ ĐỂ SỐNG.

"Vâng. Anh chép lại và in lại "Lục Bát Phương Tấn" khi tuổi đã vào thất thập. Còn tôi, đọc nó khi tuổi cũng quá nhiều và khổ nạn cũng quá nhiều. Con bướm của anh không phải là con bướm mà Trang Tử nằm mơ, mà ngược lại nó "thơm ngát thơ." Nó là của anh và của tôi, của một thời để yêu và để sống:

Dư âm vàng rụng bên thềm
Dính trên vai bướm chợt thèm tiếng xưa.
(Tiếng xưa)

* Năm 2017,
nhà thơ, dịch giả Thiếu Khanh
trong tập thơ "Thưa Mẹ" của Phương Tấn:
MỘT TÂM HỒN DỊU DÀNG VÀ NHẠY CẢM
CỦA MỘT NHÀ THƠ, HƠN NỮA,
MỘT ĐỨA CON HIẾU THẢO
LUÔN THƯƠNG YÊU MẸ.

"... Phương Tấn không chỉ là nhà thơ, nhà báo nổi

tiếng, ông còn là một người yêu võ. Nhưng đọc thơ ông người ta sẽ không thấy oai thế của một "tráng sĩ" vung gươm trên lưng ngựa, mà chỉ thấy một tâm hồn dịu dàng và nhạy cảm của một nhà thơ, hơn nữa, một đứa con hiếu thảo luôn thương yêu Mẹ. Chợt nhớ lời bà Martha Ellis Gellhorn, nhà văn Mỹ, đồng thời là nhà báo được đánh giá là một trong những phóng viên chiến tranh vĩ đại nhất của thế kỷ 20. Bà nói: "Tôi có đủ hiểu biết để thấy rằng không một phụ nữ nào nên làm vợ một người đàn ông ghét bỏ Mẹ mình." (I know enough to know that no woman should ever marry a man who hated his mother). Đọc phần chú thích dưới bài thơ 'Một Trang Kinh Viết Lại' của Phương Tấn trong tập thơ này, mình nghiệm ra bà ấy nói đúng: Có yêu Mẹ một cách chân thành và cảm nhận hết tình Mẹ, người ta mới biết yêu vợ mình hơn. Nhưng đây là sự liên tưởng "ngoài lề."

* Năm 2018,
nhà thơ Trần Dzạ Lữ
trong tập thơ "Di Bút Của Một Người Con Gái":
THÁI THỊ YẾN PHƯƠNG LÀ CƠN ĐỊA CHẤN TRÊN CÁC BÁO VÀ TẠP CHÍ Ở MIỀN NAM TRƯỚC 1975.

"... Nhà thơ Phương Tấn đã hóa thân trọn vẹn Thái Thị

Yến Phương làm thơ và đăng báo từ 1962-1965. Thời gian nầy Thái Thị Yến Phương đã là cơn địa chấn trên các báo và tạp chí ở miền Nam trước 75. Tập thơ trình bày trang nhã. Muốn biết tác giả Phương Tấn tự sự gì xin mời đọc "Di Bút Của Một Người Con Gái." Tưởng cũng nên nhắc lại là thập niên 70 anh đã xuất bản tại Mỹ tập thơ "Thơ Tình Của Một Thi Sĩ Việt Nam Trên Đất Mỹ." Tập thơ này cũng rất ấn tượng và đã gây tiếng vang."

*** Năm 2018,
nhà văn Thế Phong,
trang thang-phai.blogspot.com:
ĐẢO NGƯỢC 2 TỪ CUỐI;
CHÍNH LÀ PHƯƠNG TẤN.**

"…Vậy là, tôi cũng như độc giả đã biết tác giả đích thực tập thơ "Di Bút Của Một Người Con Gái" là ai rồi. Đó là một ex-airman Không lực VNCH tên thật là Nguyễn Tấn Phương - tôi bật nhớ ra ngay ở thời tiền chiến, một thành viên chủ lực "Tự Lực Văn Đoàn," có một thi nhân tên thật là Nguyễn THỨ LỄ - đảo ngược 2 từ cuối thành THẾ LỮ, từng nổi danh với: Nhớ Rừng (thơ) + Vàng & Máu (văn)... -- thì, cuối thập niên '60s, ở miền Nam (VNCH) cũng có một tay cầm bút có tên thật Nguyễn TẤN PHƯƠNG, đảo ngược 2 từ cuối; chính là PHƯƠNG TẤN".

"Phương Tấn không những viết văn làm thơ mà còn rất xông xáo, tay không vào hang hùm; xắn tay áo, tự lực cho xuất bản 2 tạp chí võ thuật hàng đầu ở Việt Nam: "Ngôi Sao Võ Thuật" + "Sổ Tay Võ Thuật". Và, cho xuất bản cuốn sách về võ thuật rất kỳ vĩ: "Những Người Mở Đường Đưa Võ Việt Ra Thế Giới" (Pioneers Who Have Paved The Way For Vietnamese Traditional Martial Arts To The World) -- (sách dày 312 trang, kích cỡ sách 21x 28,5 cm + hình ảnh -- một số bài viết trong sách được chuyển ngữ tiếng Anh + Pháp. Sách được tái bản, không chỉ phát hành trong nước mà còn đưa ra quốc tế)."

*** Năm 2018,
nhà báo Nguyễn Thiện (+)
trong tập thơ "Lục Bát Phương Tấn":**
NHỊP LỤC BÁT CỦA PHƯƠNG TẤN
NÂNG THÀNH BẰNG TRẮC, TRẮC BẰNG
NHỮNG CUNG BẬC NHƯ LÀ DÂN CA.

"... Thi nhạc là nhạc cảm luôn có trong quốc thi lục bát. Khởi đầu phát cảm từ tâm hồn của nhà thơ, nhịp lục bát của Phương Tấn nâng thành bằng trắc, trắc bằng những cung bậc như là dân ca. Thơ lục bát của thi sĩ

Phương Tấn rong chơi trong cung bậc cảm xúc, rồi đi vào cảm thụ của lòng người. Thoát ra từ thanh, vần, điệu của ngôn ngữ lục bát. Có thể nói thanh, vần, điệu là những dụng cụ để hòa tấu nhạc trong thơ.

"Cảm thụ thi nhạc còn trừu tượng và khó hơn cảm thụ âm nhạc. Cảm thụ thi nhạc phải cảm thụ bằng lòng, bằng hồn chứ không phải bằng tai. Nếu các bạn đọc một bài thơ mà thấy hồn mình hòa vào hồn của bài thơ thì bạn sẽ cảm thấy cái tuyệt vời của thơ. Là tôi muốn nói, thơ lục bát của thi sĩ Phương Tấn có thi nhạc."

*** Năm 2019,
nhà thơ, nhạc sĩ Phan Ni Tấn
trong tập tùy bút "Ngòi Bút Lang Thang",
NXB Văn Học Mới:
TẬP THƠ 'THƯA MẸ'
LÀ MỘT SỰ KẾT HỢP ĐẶC BIỆT
GIỮA KHẢ NĂNG THIÊN PHÚ VỀ THI CA
CỦA PHƯƠNG TẤN VIẾT VỀ MẸ.**

"... Bài thơ tám chữ "Thưa Mẹ" gồm 30 câu mở đầu tập thơ Thưa Mẹ của nhà thơ Phương Tấn là một tứ thơ lạ và hay. Lạ ở cách dùng từ, hay ở cách diễn đạt, nhất là những động từ chạm thành tiếng kêu lạ tai, *vang đi rất xa.*

"Có thể nói tập thơ "Thưa Mẹ" là một sự kết hợp đặc biệt giữa khả năng thiên phú về thi ca của Phương Tấn viết về Mẹ và lòng thương yêu vô bờ của người Mẹ đã một đời tận tụy vì con. Phương Tấn thể hiện một thái độ, một cung cách nối liền người thơ với đời sống con người, là tiếng nói của nghệ thuật nhân bản, là vẻ đẹp của tình người.

"Trong lịch sử nền thi ca Việt Nam, hình tượng Mẹ đã hiển hiện trùng trùng. Phương Tấn ý thức rõ điều này nên tác giả không dừng lại ở những hình tượng quen thuộc đó, cũng như không giẫm chân lên lối mòn của những người đi trước. Chính vì vậy cảm hứng trong thơ Phương Tấn viết về Mẹ, về con người và đời sống đã bừng lên nhiều sắc điệu, phong phú hơn, nồng nàn hơn, da diết hơn."

*** Năm 2019,
Nhà phê bình thơ Nguyễn Xuân Dương
trong tác phẩm 'Những Vần Thơ Chạm Lửa' -
NXB Đại Học Thái Nguyên:
NHỮNG BÀI THƠ
TỒN TẠI VĨNH HẰNG THEO THỜI GIAN -
CHÍNH LÀ SỰ VỤT HIỆN,**

SỰ LÓE SÁNG CỦA THIÊN TÀI.

"… Điều thứ hai sau khi đọc 18 đoản khúc lục bát đã củng cố thêm về suy nghĩ của tôi. Tôi luôn coi thơ đích thực - những bài thơ tồn tại vĩnh hằng theo thời gian - chính là sự vụt hiện, sự lóe sáng của thiên tài. Mặc dù trong đời họ không phải là những thiên tài. Trong lịch sử thi ca đã xuất hiện những tác phẩm như thế."

* Năm 2019,
nhà thơ **Xuân Thao** (+),
tác giả các tập thơ **Sóng Mòn** (2010), **Ngập Ngừng** (2015), **Tình Sầu** (2018) cảm nhận:
50 NĂM VỀ TRƯỚC MÀ PHƯƠNG TẤN ĐÃ LÀM THƠ HAY NHƯ THẾ NÀY, QUẢ LÀ THIÊN TÀI THI CA.

"… Phương Tấn giỏi thật. Tôi tự hào về bạn tôi. Thơ Phương Tấn có một phong cách riêng không lẫn lộn vào bất cứ thơ ai. Vậy mới là Phương Tấn chứ.

*"Ở bài thơ: "**Ngọt Ngào Bướm Hót Giữa Lòng Thế Gian**" - Ngày xưa Trang Chu thấy mình hóa bướm mà bay lên trời. Nay Phương Tấn nằm mơ thấy bướm bay la đà khắp nẻo nhân gian, bay trên đời sống thực tại có chim, có hoa, có những con người chân thiện mỹ.*

So ra, chàng Phương Tấn gần gũi với ta hơn Trang Tử. 18 bài thơ, 18 vẻ yêu khác nhau nhưng không kém vẻ si mê và yêu say đắm cõi đời này của chàng thi sĩ họ Nguyễn.

"Ở bài thơ: **"Vào Trại Phong Quy Hòa Làm Thơ Gửi Hàn Mạc Tử"** - Rờn rợn không khí yêu ma mà cũng lắm tình cảm sâu lắng và đồng cảm.

Ở bài thơ: **"Võ Gươm Dội Bóng Anh Hào"** - Rất hay, mang tính trừu tượng khó mà hiểu nổi hết hàm ý của tác giả.

"Ở bài thơ: **"Khoai Lang Vỏ Đỏ Lòng Vàng"** - Một bài thơ mà tôi tâm đắc nhất của Phương Tấn. 50 năm về trước mà Phương Tấn đã làm thơ hay thế này, quả là thiên tài thi ca. Tôi chỉ lặp lại lời khen của cụ Nguyễn Vỹ năm 1962 khi đăng thơ và hình của Phương Tấn trên tạp chí Phổ Thông. Ai đã sống trong thời kỳ ấy chắc còn nhớ.

"Nói đến thơ Phương Tấn tôi không thể không nhắc đến những bài thơ mang tên: **"Di Bút Của Một Người Con Gái"** với bút hiệu Thái Thị Yến Phương đã một thời gây sóng gió trên thi đàn miền Nam Việt Nam. Khen có, chê có mà tác giả chỉ là một cậu học sinh mới

14 - 15 tuổi đang học lớp đệ ngũ, đệ tứ trường trung học Phan Tây Hồ, Đà Nẵng.

"Và, tôi cũng không thể không nhắc đến những lá thư gửi Mẹ của Phương Tấn trong tập bút ký **"Hòa Bình Ta Mơ Thấy Em"** cùng những bài thơ gửi Mẹ của Phương Tấn trong tập thơ **"Thưa Mẹ"** là tâm cảm của Phương Tấn gửi Mẹ Quê Hương với tấm lòng đau xót vô biên của người con khi thấy Mẹ Việt Nam còn tang thương trong chiến tranh và thù hận. Tất cả mang ý nghĩa như một thông điệp đầy tính nhân văn, dưới bút pháp tài hoa của Phương Tấn - một thi sĩ chân tài."

* Năm 2020,
nhà thơ Dung Thị Vân
trong sách "Cảm Nhận Văn Học – tập 1"
NXB Hội Nhà Văn:
MỘT ĐỊNH MỆNH VÔ HÌNH.

"... Có một điều lạ và rất thật là theo thời gian các sách vở của tôi cất giữ gần như bị mối mọt ăn loang lổ, nhiều trang, nhiều đoạn không còn thấy chữ. Vậy mà tập thơ "Khổ Lụy" của Phương Tấn vẫn lành lặn, chữ nghĩa còn nguyên. Phải chăng đó là một định mệnh vô hình.

"Mặc dù sở hữu tập thơ "Khổ Lụy" của Phương Tấn từ năm 1971, tính đến năm 2015 đã được 44 năm. Nhưng tôi chưa bao giờ đọc được tên tác giả trên bất kỳ thông tin nào từ báo chí đến trang web hay một cuốn sách nào. (Có thể tôi đọc quá ít nên chưa thấy chăng). Những năm ở Đức Trọng, thỉnh thoảng tôi vẫn mở tập thơ "Khổ Lụy" của Phương Tấn ra đọc, mặc dù thuở ấy tôi không hiểu hết những câu từ trong thơ anh, nhưng lạ thay, tôi vẫn cảm nhận được thơ anh rất hay, rất buồn mang đầy tính thế sự và nặng sâu tình người. Do vậy, cái tên "Khổ lụy" và cả cái tên Phương Tấn như đã hằn sâu vào trí nhớ tôi. Tập thơ chỉ có 26 bài nhưng Phương Tấn đã viết không thiếu một đề tài nào. Phương Tấn viết về quê hương đất nước, về thân phận con người trong hoàn cảnh trước 1975. Những bài thơ xót thương về cha mẹ, về anh chị em. Rồi tình yêu và những người con gái đã được Phương Tấn bật hẳn thành tên vào những bài thơ anh viết. Tác giả viết về đề tài nào cũng hay, xúc động và cháy bỏng như con tim của một người thơ căng đầy máu nóng. Những dòng thơ mang tính triết lý hiện thực. Cho tới thời điểm này, cho dù những bài thơ anh sáng tác đã qua 50 năm mà đọc lại thơ Phương Tấn, tôi vẫn thấy thơ anh có sức hút thật lạ với những ẩn dụ thâm thúy, ngôn từ mới lạ nhưng rất đời, một nét riêng độc đáo không lẫn lạc vào ai..."

*** Năm 2020,**
nhà thơ **Nguyễn Nhã Tiên**
trong tập thơ **"Lục Bát Phương Tấn":**
MÁU HUYẾT THƠ ANH, LỤC BÁT CỦA ANH
CHỪNG NHƯ ĐÃ KHẢM KHẮC
VÀO VÔ THỨC HẰNG CỬU MỘT QUÊ NHÀ.

"... Có một điều cũ kỹ tưởng ai cũng biết, rằng thơ lục bát vốn từ lâu đã thấm đẫm trong tâm hồn người Việt. Thấm đẫm từ buổi lời hát ru của mẹ đong đưa bên vành nôi, cho đến những khúc ca dao hò khoan trao gởi tâm tình. Mà tất cả kho tàng quí báu đó đều bắt nguồn từ thơ lục bát, hoặc biến thể lục bát. Dông dài điều cũ kỹ này là ý tôi muốn diễn dịch "Lục Bát Phương Tấn" cứ như vằng vặc ánh trăng khuya, xanh tươi vườn cau trầu, vang dội thanh âm tiếng gàu thả vào giếng khuya thăm thẳm... Cho dù bước chân thi sĩ có đêm Paris, ngày London, khuya Texas hay bất cứ nơi nào trên trái đất, thì máu huyết thơ anh, lục bát của anh chừng như đã khảm khắc vào vô thức hằng cửu một quê nhà.

Săm se xuân động bên trời
Chào con én lạc có lời hỏi thăm

Quê nào là quê trong năm

Ăn bong bóng trở như tằm ăn dâu.

"Thơ như thế, dường như thi sĩ Phương Tấn phớt lờ những chuyện hiện đại cách tân lục bát. Chẳng những vậy, có vẻ như anh còn găng gỏi đắp nên cái ốc đảo lục bát của mình thành một cõi, một miền nồng nàn hơi thở ca dao, như một cách thế làm nổi bật cái chất đồng quê đã dần phai và có nguy cơ bị xóa đi trong đời sống hiện đại."

* **Năm 2020,
nhà thơ Tôn Nữ Thu Dung
trong tập thơ "Lung Linh Tình Đầu":
NHIỀU NGƯỜI HỎI: ANH PHƯƠNG TẤN
CÓ PHẢI LÀ NHÂN VẬT CHÍNH TRONG
TRUYỆN NGẮN "THẾ PHỤC HỔ" CỦA TÔI?**

"... Tập thơ "Lung Linh Tình Đầu" được lựa chọn những bài viết từ năm 14 tuổi đến bây giờ... Một quãng đường quá dài đắm đuối với thơ.

"Tôi "gặp" anh Phương Tấn từ những ngày ngập ngừng bước chân vào ngưỡng cửa văn chương từ bán nguyệt san Tuổi Hoa và tuần báo Tuổi Ngọc... khi tôi học lớp chín lớp mười thì anh Phương Tấn đã là một ông thầy dạy học đâu đó ở Biên Hòa, một ông lính không Quân hào hoa phong nhã, một sư phụ võ nghệ cao cường và là một nhà thơ nổi tiếng!

"Có một ngày đọc trên mục "Nhìn Xuống Cuộc Đời" do anh Từ Kế Tường điểm tin trên tuần báo Tuổi Ngọc, tôi biết được những việc anh Phương Tấn đã làm cho quê hương bỗng vô cùng yêu quý và cảm kích một tấm lòng nhân hậu.

"Rất lâu sau, gặp anh ở Mỹ, mời anh cộng tác với tờ Tương Tri, một tờ báo hậu bối của Tuổi Ngọc ngày xưa... Vật đổi sao dời, nhưng riêng tôi, đối với anh, niềm cảm kích và yêu quý đó vẫn nguyên như thời cũ...

"Nhiều người hỏi: Anh Phương Tấn có phải là nhân vật chính trong truyện ngắn "Thế Phục Hổ" của tôi? Thưa không, nhưng có thể từ tiềm thức, tôi vẫn viết và hay nhập chung những tính cách của những người mình yêu mến thành một nhân vật hư cấu mà vô cùng chân thực trong đời!"

*** Năm 2020,
ca sĩ, nhà văn Từ Dung (Từ Công Phụng),
ái nữ nhà văn Hoàng Đạo (Tự Lực Văn Đoàn)
trong tập thơ "Lung Linh Tình Đầu":
PHA CHẾ NHIỀU MÀU SẮC ĐẬM NHẠT NHƯ MỘT BỨC TRANH THỦY MẠC.**

"... thơ Phương Tấn bàng bạc những đau thương chất

ngất, quyện lẫn những lãng mạn tình tự ngây thơ, pha chế nhiều màu sắc đậm nhạt như một bức tranh thủy mạc, biến thái nhiều hình thể như những cụm mây trắng trên nền trời xanh biếc, cảm xúc lúc thì nhẹ nhàng như cánh bướm đậu trên hoa, giọt mưa rơi xuống lá, lúc thì sôi nổi, cuồng nhiệt như biển xô sóng vỡ."

*** Năm 2020,
nhà văn Nguyễn Lệ Uyên
trong tập thơ "Vớt Bình Minh Trong Đêm":
MỚI 14 TUỔI VỚI NHỮNG CÂU THƠ
NHUỐM ĐẦY NHỮNG SUY TƯ, DẰN VẶT VỀ
THÂN PHẬN LÀM NGƯỜI.**

"... Phương Tấn xuất hiện khá sớm trên các tạp chí văn nghệ miền Nam đầu thập niên 60s, khi mới 14 tuổi với những câu thơ nhuốm đầy những suy tư, dằn vặt về thân phận làm người.

"Thơ Phương Tấn là những điệu buồn, ray rứt như giữa khuya chợt nghe tiếng chim lẻ loi rớt trong bóng đêm thăm thẳm, như giọng ru con nghẹn ngào của bà mẹ quê gửi niềm thương nhớ người chinh phu.

"Đọc thơ Phương Tấn là dẫn cả đôi chân, tâm trí bước vào những hang hốc tăm tối, những bãi cỏ gai... Rồi khi khép lại nghe như bị cào xước tận đáy lòng; đôi khi như cái chạm nhẹ thịt da phơi trần lên mặt đá sỏi. Một chút rỉ máu, một chút nhói đau như cái vuốt tay cuối cùng trong cuộc tình lỡ.

"Với Phương Tấn, người thõng chân vào cõi thơ anh chính là kẻ bại trận trước những phơi bày năm chữ dàn kín cả tập đầy nhịp thở dồn dập khôn cùng của cánh chim từ cành cao đột nhiên rơi tõm xuống thảm cỏ ướt đẫm mưa đêm.

"Sự tỉnh thức trong thơ anh chính là những hình hài co quắp, một đụn tro tàn hôm qua bỗng lóe sáng buổi bình minh, nhưng lại là bình minh của đêm nguyệt tận, của hai mươi năm dài phi thực phi mộng phi lú mê, đủ để nỗi buồn cùng những thất vọng vón lại thành căn bệnh trầm kha cho tuổi trẻ Việt Nam, khóc với nhau trên những giọt lệ tràn, đắng cay, tủi nhục.

"Đó cũng là thế giới đầy huyễn hoặc của chàng trai trẻ khi mới mười bốn đã bước vào cuộc rượt đuổi phong trần chữ nghĩa và thế sự trượt dài."

*** Năm 2020,
nhà báo Vương Trùng Dương
trong tập thơ "Vớt Bình Minh Trong Đêm":**

RẤT THÚ VỊ. THẬT VẬY, CÕI VÔ CÙNG.

"... Với tựa đề của thi phẩm rất lạ vì "Vớt Bình Minh Trong Đêm," trong bối cảnh mang biểu tượng trừu tượng đó mà lại "vớt," với tôi độc đáo và thú vị. Như đã đề cập ở trên theo quan niệm của nhóm Xuân Thu Nhã Tập "Thơ không cần lúc nào cũng rõ nghĩa, không phải lúc nào cũng sáng sủa... Nó giữ phần sâu kín, giữ phần sâu sắc..." Ngoài tựa đề của thi phẩm, người đọc sẽ bắt gặp nhiều bài thơ độc đáo và thú vị theo quan niệm này trong tập thơ "Vớt Bình Minh Trong Đêm."

"Nữ văn sĩ Pháp Françoise Sagan (1935-2004), được giải Prix des Critiques (Giải Của Các Nhà Phê Bình). Trước năm 1975 nhiều tác phẩm của bà được dịch ra Việt ngữ vì vậy rất quen thuộc với độc giả ở miền Nam Việt Nam. Trong tác phẩm "Un Peu de Soleil dans L'eau Froide," 1969 (Chút Mặt Trời Trong Nước Lạnh), tựa đề ngộ thật, nay bắt gặp tựa đề của nhà thơ Phương Tấn: "Vớt Bình Minh Trong Đêm" càng ngộ hơn. Rất thú vị. Thật vậy, cõi Vô Cùng."

* Năm 2021,
nhà giáo, nhà thơ Quyên Di
trong tập thơ "Di Bút Của Một Người Con Gái":
TÊN TUỔI VÀ NHỮNG BÀI THƠ CỦA THÁI

THỊ YẾN PHƯƠNG ĐÃ MỘT THỜI KHUẤY ĐỘNG GIỚI LÀM VĂN CHƯƠNG NGHỆ THUẬT MIỀN NAM VIỆT NAM (THẬP NIÊN 60, 70).

"... Tên tuổi và những bài thơ của Thái Thị Yến Phương đã một thời khuấy động giới làm văn chương, nghệ thuật miền Nam Việt Nam (thập niên 60, 70) với những bài nhận định, ngợi khen, kết án, tranh luận; thậm chí "tưởng niệm" khi hay tin "nữ thi nhân" này đã "mệnh một."

"Thật ra, Thái Thị Yến Phương là một trong những bút hiệu khác của Phương Tấn. Giữa thập niên 60, khi mới mười mấy tuổi, tôi viết văn, làm thơ cho các cô cậu "húi cua, thắt bím, thích ô mai" thì cùng lứa tuổi ấy, Phương Tấn đã múa bút trong chốn giang hồ, làm thơ cho người lớn đọc. Những bài thơ trong "Di Bút Của Một Người Con Gái" là tâm sự não nề của nàng kỹ nữ đem thân cho khách mua vui."

* Năm 2021,
nhà thơ Cao Thoại Châu
trong tập thơ "Lục Bát Phương Tấn":
THƠ PHƯƠNG TẤN
HAY HƠN SO VỚI NGÀY XƯA.

"... Thơ Phương Tấn bây giờ chắt lọc hơn, không gian huyền hoặc, nhiều mường tượng hơn và hay hơn so với ngày xưa."

*** Năm 2021,
nhà báo Vương Hồng Anh (Kha Nguyên Chi)
trong tập thơ "Chết Sững Giữa Cơn Mơ":
ANH LÀ MỘT THI TÀI HIẾM HOI TRONG
THI CA VIỆT NAM TỪ THẬP NIÊN 1960
ĐẾN BÂY GIỜ.**

"... Tôi không có ý làm một so sánh vì mọi so sánh trong văn chương đều là khập khiễng. Riêng với nhà thơ Phương Tấn thì những bài thơ của thi sĩ này đã để lại trong tôi những cảm xúc ngậm ngùi có, cảm thương có, bồi hồi có, những cảm xúc khó viết thành lời. Một điều tôi muốn ghi lại ở đây là tôi nhận ra ở Phương Tấn một nhà thơ "tráng sĩ" như trong những truyện xưa của văn học Trung Hoa. Tôi được biết anh đã có một thời gian dài tu luyện võ thuật, và cái hào khí của võ thuật đã bàng bạc trong một số bài thơ được tuyển chọn trong tập thơ "Chết Sững Giữa Cơn Mơ."

Và ghi nhận cuối cùng của cá nhân tôi rằng anh là một thi tài hiếm hoi trong thi ca Việt Nam từ thập niên 1960 đến bây giờ."

* Năm 2022,
nhà thơ Trần Vấn Lệ trong tập thơ
"THƠ PHƯƠNG TẤN - Tuyển tập 1":
ÊM ÁI TÌNH THƠ.

Phương Tấn là một nhà thơ thành danh. Tôi nghe danh anh đã lâu, trước 30 tháng 4 năm 1975 cho đến bây giờ - anh vẫn là một người làm thơ, vẫn có thơ in thành sách.

Được biết, Nhà xuất bản Nhân Ảnh ở California sẽ gom thơ anh làm từ năm 1960 đến nay để in thành hai tập. Tôi mừng quá, vậy là tôi sắp có thơ anh để thưởng thức không phải đi tìm trên Facebook, Website hay ở báo Văn Học nào nữa.

Tôi tiếc là ngoài đời, tôi chưa có lần gặp anh để một lần bày tỏ lòng ngưỡng mộ, hai là ngồi yên lặng ngắm một tài hoa... Trước mặt tôi hôm nay, trên màn hình của laptop, tôi đọc được nhiều, nhiều bài thơ của Phương Tấn, dạng bản thảo, trên quá trình lay out tôi nhận được từ NXB Nhân Ảnh với lời dặn: "Xem và góp vài ý kiến". Vâng ạ, tôi nghe lời và tôi cũng nghe trong lòng tôi dâng trào niềm phấn khích!

Phương Tấn đã từng in thơ, sách anh lưu chiểu tại

Thư viện Đại học Cornell, Mỹ từ năm 1970, nhưng chắc không "mỹ thuật" bằng sách anh sắp sửa ra đời tại NXB Nhân Ảnh. Nó (hai tập dày) sẽ dồi dào, sẽ tràn ngập yêu thương, chan hòa tình, ý. Những bài thơ anh làm từ năm 1960 tới bây giờ, năm 2022, hơn nửa Thế Kỷ không ngừng nghỉ, hẳn nhiên phải là sợi chỉ đỏ xuyên suốt... Nghĩ thế, tin thế, tôi vui với tôi một cách lạ lùng! Tôi thật lòng biết ơn NXB Nhân Ảnh và tác giả Phương Tấn cho tôi cái hạnh phúc nồng nàn về Thơ.

Chắc tôi không để lại trong bài tôi đang viết này ý kiến nào đâu. Tôi góp thêm chỉ là thừa. Nhiều người tài danh đã viết về Phương Tấn. Điều tôi trân trọng nhất khi nghĩ về Phương Tấn: **"Thiên Tài Thơ Từ Lúc Bé Thơ!"** Anh nổi tiếng từ năm mười bốn tuổi! Anh cộng tác với nhiều báo và cùng thời (nhưng là đàn anh) của "Tổng Bí Thơ tuongtri.com" của tôi! Tôi thỉnh thoảng có bài trên tuongtri.com nhưng lòng tôi nể phục Tôn Nữ Thu Dung vô cùng. Tôn Nữ Thu Dung khen Phương Tấn... thì tôi còn dám nói chi?

Chẳng chỉ mình Tôn Nữ Thu Dung khen, tôi thấy có cả Thầy tôi, nhà phê bình Tam Ích (giáo sư Việt Văn dạy tôi các năm 1958, 1959 ở Đà Lạt). Ngoài ra, còn nhiều nhà văn, nhà thơ khác, ai cũng nổi tiếng, gần *như gặp nhau ở một giao điểm: Thơ Phương Tấn sâu lắng và thắm thiết quá! Nên chi: Tôi mừng Phương Tấn về hai cuốn Thơ sắp chào đời trên Văn-Thi-Đàn Việt Nam, tôi cầu chúc anh nhận được nhiều cái bắt tay êm ái, nhiệt tình của độc giả yêu quý anh...*

PHƯƠNG TẤN
TÁC GIẢ VÀ TÁC PHẨM

KHỔ LỤY - Tranh *Cao Bá Minh.*
*(Phụ bản tập thơ Khổ Lụy của Phương Tấn
xuất bản năm 1970)*

PHƯƠNG TẤN

Tên thật: Nguyễn Tấn Phương
Sinh năm 1946 tại Đà Nẵng.

* Các bút hiệu đã ký:

Phương Tấn, Nguyễn Tấn Phương, Hồ Tịch Tịnh, Thích Như Nghi, Người Thành Phố, NTP, Chị Ngọc Ngà, Phương Phương, Hồng Ân, Thái Thị Yến Phương...

Các báo đã cộng tác:

Tuổi Xanh, Tuổi Ngọc, Tuổi Hoa, Tinh Hoa, Áo Trắng, Mây Hồng, Phượng Hồng, Thằng Bờm, Phổ Thông, Mai, Thời Nay, Bách Khoa, Văn, Văn Học, Dân Ta, Ngàn Khơi, Khởi Hành, Hồn Văn, Tiểu Thuyết Tuần San, Quật Khởi, Cấp Tiến, Văn Nghệ Tiền Phong, Phụ Nữ Diễn Đàn, Độc Lập, Đuốc Nhà Nam, Thế Hệ Trẻ, Ngôn Luận, Dân Chủ, Hòa Bình, Thế Đứng, Bạn, Bạn Trẻ, Công Luận, Thực Tế, Gió Mới, Kiến Thức Ngày Nay, Thể Thao, Thể Thao Ngày Nay, Văn Nghệ & Đời Sống, Điện Ảnh & Kịch Trường, Văn Tuyển, Văn Chương, Vận Động, Quán Văn, Cửu Long, Đối Thoại (Đại học Văn Khoa), Lý Tưởng (Không Quân), Mối Dây (Hướng Đạo), Thương Yêu (Du Ca), Lập Trường (Huế), Sức Mạnh (Đà Nẵng), Sóng (Tuy Hòa), Sài Gòn Mới, Thư Quán Bản Thảo, Thế Giới Văn Học, Văn Hữu, Người Việt, Việt Báo, Việt Mỹ, Ngôn Ngữ, Ra Khơi, Chiến Sĩ Cộng Hòa, Diệu Quang...

Và các trang mạng: Newvietart, Núi Ấn Sông Trà, Vuôngchiếu, Saimonthidan, Thang-phai.blogspot, Học xá, Văn Thơ Lạc Việt, Tuongtri, Banvannghe, Art2all.net, Dutule.com, Saigonocean, Việt Luận Úc Châu, Vanchuongviet...

* Chủ bút các tạp chí:

1. *Sau Lưng Các Người* (1963)
2. *Cùng Khổ* (1968)
3. *Ngôn Ngữ* (1973)

* Tác phẩm đã xuất bản:

1. *Rừng* (thơ in chung 1963, tuyệt bản).
2. *Vỡ* (thơ in chung 1965, tuyệt bản).
3. *Thơ Tình Của Một Thi Sĩ Việt Nam Trên Đất Mỹ* (xuất bản tại Hoa Kỳ đầu năm 1970, tái bản tại Việt Nam cuối năm 1970, tuyệt bản. Lưu trữ tại Cornell University Library USA năm 1970).
4. *Khổ Lụy* (thơ 1971, tuyệt bản).
5. *Trai Việt Gái Mỹ* (ký sự 1972, tuyệt bản).
6. *Hòa Bình Ta Mơ thấy Em* (bút ký 1972, tái bản 1974, tuyệt bản).
7. *Di Bút Của Một Người Con Gái* (thơ, bút hiệu Thái Thị Yến Phương xuất bản 2017, tái bản 2019).
8. *Lục Bát Phương Tấn* (thơ 2018, tái bản 2023).
9. *Lung Linh Tình Đầu* (thơ 2023).
10. *THƠ PHƯƠNG TẤN – Tuyển tập 1* (thơ 2023).

* Tác phẩm sẽ xuất bản:

1. *Thưa Mẹ* (thơ và những trang bút ký rời gửi Mẹ).
2. *Vớt Bình Minh Trong Đêm* (thơ 5 chữ).
3. *Chết Sững Giữa Cơn Mơ* (thơ).
4. *Di Bút Của Một Người Con Gái* (thơ, tái bản lần thứ hai).
5. *Hòa Bình Ta Mơ Thấy Em* (bút ký, tái bản lần thứ hai).
6. *Đà Nẵng - Máu, Nước Mắt và Tôi* (phóng sự những ngày cuối tháng 3/1975 tại Đà Nẵng - đã đăng nhiều kỳ trên nhật báo Độc Lập đầu tháng 4/1975) + *Nguyễn Thành Trung - Người Dội Bom Dinh Độc Lập Là Ai?* (bài báo, đã đăng trên nhật báo Độc Lập tháng 4/1975).
7. *Những Kẻ Xa Lạ Bỗng Chốc Hóa Thân Quen* (bút ký).
8. *Những Ngọn Nến Trong Cõi Ta Bà* (Bút ký).
9. *Phương Tấn - Bạn Văn, Báo Chí & Dư Luận*.

* Phương Tấn & Võ Thuật:

Trước 1975, đặc phái viên miền Trung bán nguyệt san *"Võ Thuật"*. Sau năm 1975 trong ban chủ biên 2 tạp chí: *"Nghiên Cứu Võ Thuật"* & *"Tìm Hiểu Võ Thuật"*.

* Chủ bút các tạp chí:

1. *Sổ Tay Võ Thuật* (1992 đến 2014).
2. *Ngôi Sao Võ Thuật* (1999 đến 2010).

* Tác phẩm Võ thuật đã xuất bản:

1. *Võ Sư, Đại Lực Sĩ Hà Châu - Phá Sơn Hồng Gia Quyền* (1992).
2. *Sáu Khuôn Mặt Võ Lâm Việt Nam* (1992).
3. *Wushu - Võ Thuật Trung Hoa Cổ điển & Hiện Đại* (Với Grand master Nguyễn Lâm, 1994).
4. *Quảng Nam Võ Đạo* (Một bộ 2 cuốn, 1995).
5. *Thái Cực Võ Đạo* (1997).
6. *Antoine Le Conte, Người Mang Theo Quê Hương - Antoine Le Conte, Celui Qui Porte Son Pays Dans Son Coeur* (Việt - Pháp, 2008).
7. *Những Người Mở Đường Đưa Võ Việt Ra Thế Giới - Pioneers Who Have Paved The Way For Vietnamese Martial Arts To The World* (Việt - Anh - Pháp, 2012, tái bản 2014).

* Tác phẩm võ thuật sẽ xuất bản:

1. Tự Điển Võ Việt.

* Khởi xướng tại Việt Nam:

1. The International Festival Of Vietnamese Traditional Martial Arts (Liên Hoan Quốc Tế Võ Cổ Truyền Việt Nam).
2. Hong Bang World Martial Arts Festival (Đại hội Võ thuật Thế giới Hồng Bàng).

*** Thơ Phương Tấn góp mặt:**

1. *"Nhân Chứng"* (150 tác giả hiện đại, Cơ sở XB Nhân Chứng 1967).
2. *"Thơ Miền Nam Trong Thời Chiến"*. Bộ sách 2 cuốn do Thư Ấn Quán (Hoa Kỳ) xuất bản tại Hoa Kỳ năm 2009.
3. *"Văn Học Miền Nam 1954 - 1975"*. Bộ sách 2 cuốn. Nhận định, Biên khảo, Thư tịch do nhà phê bình văn học Nguyễn Vy Khanh biên soạn, Toronto Nguyễn Publishings xuất bản năm 2016, tái bản năm 2018. Hệ thống Amazon phát hành toàn cầu.
4. *"Tác Giả Việt Nam - Vietnamese Authors"*. Lê Bảo Hoàng sưu tập. Songvan Magazine xuất bản năm 2005, NXB Nhân Ảnh (Hoa Kỳ) tái bản lần thứ nhất năm 2006, tái bản lần thứ hai năm 2017, tái bản lần thứ ba năm 2020. Hệ thống Amazon phát hành toàn cầu.
5. *"Chân Dung Văn Nghệ Sĩ Việt"*. Bộ sách 2 cuốn. Nhà phê bình văn học, nhà thơ Ngô Nguyên Nghiễm biên soạn và giới thiệu qua 15 bộ môn văn học nghệ thuật Việt Nam. NXB Hội Nhà Văn xuất bản năm 2016 và 2018.
6. *"Chân Dung Bạn Văn."*. Nhà thơ, nhạc sĩ Phan Ni Tấn biên soạn và giới thiệu qua Online.

7. *"Theo Gót Thơ"*. Hà Khánh Quân tuyển chọn và giới thiệu. NXB Nhân Ảnh (Hoa Kỳ) xuất bản năm 2018. Hệ thống Amazon phát hành toàn cầu.

8. *"Hư Ảo Tôi"*. Nhà thơ Tôn Nữ Thu Dung và Tạp chí văn học Tuong Tri (Hoa Kỳ) tuyển chọn và giới thiệu. NXB Tuong Tri xuất bản năm 2018.

9. *"Thơ Việt Đầu Thế Kỷ 21"*. Nhà thơ Luân Hoán, nhà thơ Lê Hân, nhà văn - họa sĩ Khánh Trường tuyển chọn. NXB Nhân Ảnh (Hoa Kỳ) xuất bản năm 2019. Hệ thống Amazon phát hành toàn cầu.

10. *"43 Năm Văn Học Việt Nam Hải Ngoại"*. Bộ sách gồm 7 cuốn do nhà phê bình văn học Nguyễn Vy Khanh, nhà thơ Luân Hoán, nhà văn - họa sĩ Khánh Trường thực hiện. NXB Mở Nguồn (Hoa Kỳ) xuất bản năm 2019. Hệ thống Amazon phát hành toàn cầu.

11. *"Những Vần Thơ Chạm Lửa"*. Nhà phê bình, nhận định thơ Nguyễn Xuân Dương biên soạn và giới thiệu. NXB Đại học Thái Nguyên xuất bản năm 2019.

12. *"Về Nhánh Sông Xưa"*. Nhà thơ Cao Thoại Châu tuyển chọn và giới thiệu. NXB Hội Nhà Văn xuất bản năm 2019.

13. *"10 Nhà Thơ Việt"*. Chuyên đề *"Suối Nguồn"*

do nhà phê bình văn học, nhà thơ Ngô Nguyên Nghiễm biên soạn và giới thiệu. NXB Hội Nhà Văn xuất bản năm 2019.

14. *"Thơ Những Người Thua Cuộc - Poems Of The Losers"*. Nhà thơ Nguyễn Hữu Thời tuyển chọn và dịch thuật. NXB Sống (Hoa Kỳ) xuất bản năm 2019.

15. *"Thơ Người Việt Ở Hải ngoại"*. Nhà thơ Lý Phượng Liên và nhà thơ Nguyên Nguyên Bảy tuyển chọn. NXB Hội Nhà Văn xuất bản năm 2019.

16. *"Tình Nghĩa Mẹ Cha"*. NXB Nhân Ảnh (Hoa Kỳ) tuyển chọn và xuất bản năm 2020. Hệ thống Amazon phát hành toàn cầu.

17. *"Nhà Thơ Nhà Văn Việt Giữa Thế Kỷ XX"*. Một bộ 3 cuốn do nhà phê bình văn học, nhà thơ Ngô Nguyên Nghiễm biên soạn và giới thiệu, NXB Hội Nhà Văn xuất bản năm 2020.

18. *"Tuyển Thơ Tình Người"*. Nhà thơ Lê Quý Long tuyển chọn, NXB Đồng Nai xuất bản 2022.

19. *"Tình Thơ Quê Hương"*. NXB Nhân Ảnh (Hoa Kỳ) tuyển chọn và xuất bản năm 2023. Hệ thống Amazon phát hành toàn cầu.

20. ...

THƠ PHƯƠNG TẤN
TUYỂN TẬP I

MỤC LỤC

* PHƯƠNG TẤN TRÒ CHUYỆN CÙNG BẠN 7

DI BÚT CỦA MỘT NGƯỜI CON GÁI
(1961 - 1964)

1. Người con gái giữa biển 11
2. Người đàn ông đi vào 12
3. Hoa đã tàn, xuân cũng tàn canh 13
4. Bóng dọi xuống đời thương ta quá đỗi 14

LUNG LINH TÌNH ĐẦU
(1960 - 2020)

1. Tỏ tình 17
2. Thư xanh 17
3. Nai vàng 18
4. Lọ lem 18
5. Trước cổng trường 19
6. Tan trường 19
7. Nàng tiên 20
8. Bông Hồng 20

9. Trên đường	21
10. Lẽo đẽo	21
11. Lăng mạng	22
12. Bỏ trường	22
13. Trong gương	23
14. Đổ vạ	24
15. Trúc mai	24
16. Thút thít	25
17. Chỏng chơ	25
18. O xuân	26
19. Bướm hót	28
20. Bóng duyên	28
21. Vịn vai	29
22. Tương tư	29
23. Cõi mộng	30
24. Vẫn đợi	30
25. Tiếng xưa	31
26. Kêu thu	31
27. Dây oan	32
28. Hương quỳnh	32
29. Nguyệt hoa	33
30. Tơ vương	33
31. Duyên tình	34
32. Mình ơi!	34
33. Quẩy tình	35
34. Tình cay	35

35. Bến khuya 36
36. Sầu tình 36
37. Cười nghiêng ngửa bóng 38
38. Ngồi giữa ruộng ngắm trăng,
    nhắp trà nhớ Phương 40
39. Phương ơi, những ngày trốn học 42
40. Ở Huế nhớ Phương 44
41. Ru Phương, Phương ngủ đi thôi 48
42. Như một sớm mai hồng 50
43. Thương chi mà thương quá 52
44. Lòng vòng 54
45. Một trang kinh viết lại 56
46. Chờ đến thiên thu một bóng người 57

CÁT BỤI
(1964 - 2021)

1. Ván khua lách cách hồn khe khẽ về 61
2. Thôi yên, sầu thổi nhạc vàng xuống thân 62
3. Ngày hẹn nhau ngày vĩnh biệt 63
4. Ngày vĩnh biệt ngày hẹn nhau 65
5. Lật trang kinh tụng chữ tình 66
6. Ngó tâm, thấy Phật chắt chiu cội tình ... 68
7. Chuyện đời xưa, cô tiên và chàng thi sĩ ... 70
8. Bên đời hiu quạnh 72
9. Bên dòng sông chiêm bao 74

10. Buồn như trăng nhớ ai 76
11. Đùa giữa vườn u minh 78
12. Người ngày xửa ngày xưa 79
13. Phủi tâm rớt hạt bụi trần 80

HÃY VUI NHƯ TÌNH ĐẮNG
(1960 - 2022)

1. Đà Nẵng, trời ni đất nớ 85
2. Hãy vui như tình đắng 87
3. Theo cơn mưa giữa đời 89
4. Cơn mưa chiều úa rã 91
5. Lệ cười như trút lá 92
6. Người nói chuyện với mộ bia 93
7. Quẩy gánh lên núi chơi 94
8. Nói chuyện đời với núi 95
9. Bóng mình hiu hắt bên tôi 97
10. Vô thường 98
11. Thư cho em trai
     ở Quân y viện Nguyễn Huệ Nha Trang 99
12. Vào trại phung Quy Hòa
     làm thơ gửi Hàn Mạc Tử 102
13. Một nụ hồng quạnh quê 104
14. Chuyện trò cùng anh Kiến,
     chị Dơi và chú Muỗi 106
15. Vĩnh biệt trăng, ôi một nàng thục nữ 108

16. Vào những ngày có kinh nguyệt 110
17. Dạt bên đời chỉ có bóng và ta 112
18. Nở rộ những chiêm bao 114
19. Sầu điên ta sầu điên 116
20. Chợt thấy đời đã cạn 117
21. Bước ra từ nhà thương điên Biên Hòa 118
22. Nghĩ chi thời giặc giã 120
23. Im lặng sẽ hóa điên 122
24. Lửa gai và bão dữ 124
25. Cùi cũi 126
26. Đắng và cay 127
27. Vâng, một đời khổ lụy 129
28. Ngày xuống ngày không lên 131
29. Reo vui giữa huyệt đời 132
30. Chèo queo giữa phận đời 133
31. Uống rượu nói sàm 135
32. Bắt bóng 136

THƯA MẸ
(1961 - 1997)

1. Thưa Mẹ 139
2. Mẹ, bà tiên bất hạnh 141
3. Cuốn trôi giấc mơ tiên 142
4. Đợi bóng 144
5. Mẹ ơi, con không về kịp Tết 145

6. Cha và con 147
7. Thư gửi Cha bên kia sông Bến Hải 149
8. Mẹ ngủ ngoan con thương 151
9. Chết sững giữa cơn mơ 153
10. À ơi! 155
11. Mẹ và Con, Non và Nước 156
12. Ầu ơ, con ẩm bóng theo tạ đời 158
13. Con cười bên mộ vui cùng nỗi đau 158
14. Trăng già vắt xác bên hàng trầm luân 159
15. Cõi xa vằng vặc một màu quạnh hiu 160

CHẢO LỬA TRỤNG CƠ ĐỒ
(1963 - 2022)

1. Chảo lửa trụng cơ đồ 163
2. Nước Nam dân Hán ở 164
3. Bóng ma và tàu lạ 165
4. Lục dục mùi nhân gian 166
5. Vớt một đời lêu bêu 167
6. Ngẩn ngơ đời bạc mệnh 168
7. Biển, thủy mộ trắng phau 169
8. Dìm bao nỗi oan sâu 170
9. Sóng dậy từ nhân dân 171
10. Hãy đem rải mặt trời 172
11. Hòa bình hòa bình đường xa lăng lắc 174
12. Con vật có hai chân 176

13. Một ni cô tự thiêu ở Khánh Hòa 178
14. Nam Mô A Di Đà và thánh thần A Men 180
15. Nắng hạn 184
16. Thiên An Môn 186
17. Xác dạt, tràn biển Đông 187
18. Hải, mầy câm hay sao
tao hỏi mầy không nói 188
19. Đất trời & núi sông 189
20. Quặn lòng 189
21. Nước ơi! 190
22. Nhớ xưa 190
23. Én lạc 191
24. Khổ lụy 191
25. Chào xuân 192
26. Kết cỏ 192
27. Dội bóng 193
28. Thả mộng 193
29. Mộng ư? 194
30. Nam Mô! 195
31. Tha hương 195
32. Bỏ đời 196
33. Chết non 196
34. Bóng người bóng thú 197
35. Múc nắng 197
36. Nhặt bóng 198

37. A Men! 198
38. Mẹ trông Cha giữa chiến trường Mậu Thân 199
39. Thương cây nhớ cội 200
40. Khoai lang võ đỏ lòng vàng 201
41. Con trâu cười, ướt nắng đứng trông xuân 204
42. Chúng ta đến theo mặt trời vừa nở 206
43. Oan khiên 208
44. Túy ngọa sa trường quân mạc tiếu 211

** PHƯƠNG TẤN -
BẠN VĂN, BÁO CHÍ VÀ DƯ LUẬN* 213

** PHƯƠNG TẤN -
TÁC GIẢ VÀ TÁC PHẨM* 329

* MỤC LỤC 340

Liên Lạc Tác Giả
Phương Tấn
phuongtanlacdatuton@yahoo.com

Liên Lạc Nhà Xuất Bản
Nhân Ảnh
han.le3359@gmail.com

www.ingramcontent.com/pod-product-compliance
Lightning Source LLC
Chambersburg PA
CBHW070529010526
44118CB00012B/1085